கருவறை யுத்தம்

சிறுகதை தொகுப்பு

ரமேஷ் லீலாசங்கர்

எனக்குள் ஒளிந்திருந்த எழுத்தார்வத்தை எனக்கு அறிமுகப்படுத்திய எனது மானசீக குரு, ஆசான், இயக்குனர் **திரு மகேந்திரன்** அவர்களுக்கு இப்புத்தகம் சமர்ப்பணம்.

பொருளடக்கம்

நன்றி

- சிறுகதைப் போட்டியின் மூலம் என்னை எழுத்தாளன் ஆக்கிய பாஃப்டா நிறுவனர் திரு தனஞ்ஜெயன் அவர்களுக்கும், பாஃப்டா'வின் அனைத்து திரை ஆசான்களுக்கும் என்னுடைய மனமார்ந்த நன்றி.
- நான் எடுக்கும் எல்லா முயற்சிகளிலும் என் மேல் நம்பிக்கை வைத்து, தன்னம்பிக்கையையும் ஆதரவையும் அளித்து எனக்கு உறுதுணையாக இருக்கும் என் குடும்பத்தினர் அனைவருக்கும் மனமார்ந்த நன்றி.
- இந்த சிறுகதைகளை மெருகேற்ற உதவும், முதல் வாசக நண்பர்கள் கிருஷ்ணா புதியராஜ், பிரதீப் மற்றும் அண்ணாமலை அவர்களுக்கு நன்றி.
- "கருவறை யுத்தம்" சிறுகதைக்கு, அறிவியல் சார்ந்த ஆராய்ச்சிகளை செய்து உதவிய அருள் ராஜேந்திரன் அவர்களுக்கு நன்றி.
- என்னுடைய முந்தைய புத்தகங்களான "ரிலே ரேஸ்", "டெவில் ஏன்ஜல்" மற்றும் "வாழ்க்கை ஜன்னல்" கதைகளை படித்து/விமர்சனம் செய்து. என்னை மேலும் எழுத உற்சாகப்படுத்தும் அனைத்து வாசக நண்பர்களுக்கும் கோடான கோடி நன்றி.
- இந்தப் புத்தகத்தை சிறப்பாக வெளியிடும் நோஷன் பிரஸ் பதிப்பகத்தாருக்கு மனமார்ந்த நன்றி

1

கருவறை யுத்தம்

"அவங்க வயித்துல கண்டிப்பா ஒரு ஐ.யு.ஐ, இல்லன்னா ஒரு ஐ.வி.எஃப் குழந்தைதான் இருக்கும் பாரேன்."

ஸ்டான்லி சொன்னதுக்கு அப்புறம் தான், ஹோட்டல்ல எதிர் டேபிள்ல உட்கார்ந்துட்டு இருந்த அந்த கர்ப்பிணி பொண்ண கவனிச்-சேன். ஸ்டான்லி அப்படி சொன்னதற்கான காரணமும் இப்பதான் எனக்கு புரிஞ்சுது.

அந்த பொண்ணோட ஹஸ்பண்ட், ஒரு கையால டேபிள்'ளை அழுத்தி புடிச்சுக்கிட்டு, மறு கையால சோபாவோட நுனியை அழுத்தி புடிச்சுக்கிட்டு, ஒரு மாதிரி அஷ்ட கோணத்துல, மனைவிக்கு ஒரு சின்ன ஜெர்க்கு கூட ஆகாம ஜாக்கிரதையா பக்கத்துல ஒக்காந்தாரு.

ஸ்டான்லியும் நானும் ஒருத்தரை ஒருத்தர் பார்த்து சிரிச்சுக்கிட்டோம். ஸ்டான்லி அதை ஏதோ காமெடியா சொன்னாலுமே, அந்த எதிர் டேபிள் ஹஸ்பண்ட் மூலியமா, கடந்த நாலு மாசமா நாங்க வாழ்ந்த வாழ்க்கையை திரும்ப ரீ விசிட் பண்ணி பாக்குற மாதிரி தான் எங்க-ளுக்கு தோணுச்சு.

கல்யாணம் ஆகி பத்து வருஷமா குழந்தை இல்லாம, கடைசியா உருவான கருவும் டியூப்லேயே வளர்ந்து பெருசாகி, அதையும் காப்பாத்த முடியாம ஒரு சைடு ஃபெலோபியன் டியூப்'பையும் இழந்து, பயங்கர வெக்ஸான மூடுல தான் நான் இருந்தேன்.

ஸ்டான்லி தான் எனக்கு மறுபடியும் தைரியம் கொடுத்து இந்த ஐ.வி.எஃப் ட்ரீட்மென்டை பண்ண வச்சான். கொஞ்சம் குழப்பமான

மனநிலையோட தான் நான் ஒத்துக்கிட்டேன். ஆனா, பிளட் ஃபூரின் இரண்டுமே பாசிட்டிவ் வந்த உடனே, எனக்கும் பயங்கர நம்பிக்கை வந்துருச்சு. உடனே வேலையை விட்டேன்.

ஹாஸ்பிடலுக்கு வந்து போற டிராவல்'ல எதுக்கு ரிஸ்க்'னு, டாக்டர் சொன்னபடியே ஹாஸ்பிடலுக்கு ரெண்டு தெரு தள்ளி ஒரு வீட்டை வாடகைக்கு எடுத்தோம். என்னையும், வீட்டையும் பாத்துக்க ஒரு தனி ஆள், ரெகுலரா செக்கப், டயட்டீஷியன் சொன்ன சாப்பாடு'ன்னு டாக்டர் சொன்னத இம்மி பிசகாம அப்படியே ஃபாலோ பண்ணோம்.

இன்னும் ஆறு மாசம் ஆகப் போற செலவையும், மிச்சமிருந்த சேவிங்க்ஸ்யும் பார்த்தா தான் கொஞ்சம் பயமா இருந்தது. ஆனா ஸ்கேன் பார்த்த டாக்டர், ட்வின் பேபி ன்னு சொன்ன உடனே, எல்லாம் மறந்து போய் எங்க சந்தோஷம் இரட்டிப்பாச்சு.

குழந்தைகள முதன்முதல் ஸ்கேன் ரிப்போர்ட்ல பார்த்தது, குழந்தை முதன்முதல் எட்டி உதைச்ச அந்த தருணம், என்னை கையில வச்சு தாங்கின ஸ்டாண்ட்லியோட பாசமழை'ன்னு எல்லாத்தையும் சந்தோஷமா அசை போட்டுக்கிட்டு ஹோட்டல்ல இருந்து ஹாஸ்பிடல் பில்டிங் நோக்கி நடந்தேன்.

ஹாஸ்பிடல்ல எங்க திரும்புனாலும், அழகழகான குழந்தைகள் போட்டோ. அதை மார்க்கெட்டிங் ஸ்ட்ரேடிஜி'னு ஸ்டான்லி சொல்லுவான். ஆனா அந்த போட்டோவ எல்லாம் பார்த்துக்கிட்டே இருந்தா, டாக்டருக்காக வெயிட் பண்ற அந்த நேரம் போறதே தெரியாது.

டாக்டருக்காக வெயிட் பண்றதுன்னா, கொஞ்ச நஞ்சம் இல்லை. மணிக்கணக்கா வெயிட் பண்ண வேண்டி இருக்கும். அதுவும் சீஃப் டாக்டரோட அப்பாயிண்ட்மண்ட்'னா சொல்லவே தேவையில்லை. காலையில 10 மணிக்கு அப்பாயின்மென்ட் கொடுப்பாங்க. ஆனா அவங்கள பாக்குறதுக்கு அடுத்த நாள் விடிய காலைல மூணு மணி கூட ஆயிடும். காத்திருந்து காத்திருந்து, கடவுள் தரிசனம் கிடைக்கிற அளவுக்கு பில்டப் பலமா தான் இருக்கும்.

ஆனா இன்னைக்கு, வெயிட்டிங் ரூம்ல பேர் கொடுத்த உடனே, வைட்டல்ஸ் செக் பண்ண நர்ஸ் டாக்டர் உமாவோட ரூமுக்கு உடனே கூட்டிட்டு போனது ஆச்சரியமா தான் இருந்தது. ரெண்டு நிமிஷத்திலேயே டாக்டர் உமாவும் அவங்களோட ட்ரேட்மார்க் சிரிப்போட ரூமுக்குள்ள வந்தாங்க.

அவங்க சிரிப்புல கண்டிப்பா ஏதோ ஒரு மேஜிக் இருக்கு. நம்ப உடம்பு, மனசு'ன்னு எல்லாத்துலயும் ஒரு பாசிட்டிவ் வைப்ரேஷனையும், எனர்ஜியையும் அந்த சிரிப்பிலேயே ஏத்தி விட்டுருவாங்க. இந்த மேஜிக்கை எல்லாம் இன்டர்வியூல பார்த்து செலக்ட் பண்றாங்களா, இல்ல ட்ரெய்னிங்க்ல சொல்லிக் கொடுக்கிறாங்களா'ன்னு தெரியல.

இப்படியே சம்பந்தம் சம்பந்தம் இல்லாம நான் தொடர்ந்து யோசிச்சிட்டு இருக்கும்போது, நர்ஸ் என்னோட ரிப்போர்ட் எல்லாம் எடுத்துட்டு வந்து டேபிள்ல வச்சாங்க. அத பாக்குறதுக்கு முன்னாடியே, உமா டாக்டரோட முகம் கொஞ்சம் சீரியஸா ஆச்சு.

பேருக்கு அந்த ரிப்போர்ட்ஸ் எடுத்து புரட்டிட்டு இருந்தாங்களே தவிர, அடிக்கடி வாசல் பக்கம் திரும்பி யாரையோ எதிர்பார்த்துட்டே இருந்தாங்க. பத்து நிமிஷம் கழிச்சு, சீஃப் டாக்டர் மலர் உள்ள நுழைஞ்ச அப்புறம் தான், இவங்க ரிலாக்ஸ்டா பெருமூச்சு விட்டாங்க.

அதே ரிப்போர்ட்ஸ் வாங்கிப் பார்த்த சீஃப் டாக்டர், "சொல்லிட்டிங்களா?" ன்னு உமா டாக்டர பார்த்து கேட்டாங்க,

ஏற்கனவே கொஞ்ச நேரம் அமைதியா உக்காந்துட்டு இருந்ததுனால, கண்ட கண்ட கற்பனை எல்லாம் ஓடி, எனக்கு பயத்துல வயிறு லைட்டா பிசையை ஆரம்பிச்சு இருந்தது. இப்ப சீஃப் டாக்டர் கேள்வியில உடம்பெல்லாம் நடுங்க ஆரம்பிச்சது.

"இன்னும் இல்ல சீஃப். நீங்க வந்த அப்புறம் சொல்லலாம்னு தான்" என்று இழுத்தார் டாக்டர் உமா.

அடுத்து கண்ணு எல்லாம் மூடி, ஜீசஸ் கிட்ட வேண்ட ஆரம்பிச்சேன் நான் "ப்ளீஸ் ஜீசஸ். வயித்துல இருக்க குழந்தைகளை பத்தி திரும்பவும் ஏதாவது அதிர்ச்சியை கொடுத்து எங்களை உடைச்சுடாதீங்க ப்ளீஸ். எதுவா இருந்தாலும், குழந்தையை உங்க கையில வச்சு பத்திரமா காப்பாத்தி குடுங்க. ஆண்டவரே.. ஆண்டவரே."

வேண்டிக்கிட்டே சைடுல திரும்பி ஸ்டான்லிய பார்த்தேன். உள்ளுக்குள்ள எல்லா உணர்ச்சிகளையும் மறைச்சுக்கிட்டு, ஏதாவது ஒரு டாக்டர் பேசட்டும்னு ஆர்வமா அவங்க முகத்தை பார்த்துகிட்டு இருந்தான் அவன்.

தொண்டைய கனச்சுக்கிட்டு பேச ஆரம்பிச்சாரு சீஃப்,

"உங்க கடைசி ஸ்கேன் ரிப்போர்ட்ல சில முரண்பாடுகளை தெரிஞ்சுது, சோ அம்னியாடிக் ப்ளுயிட், டிஷ்யூ சாம்பலிங் ரெண்டும் எடுத்து

டெஸ்டுக்கு அனுப்பி இருந்தோம். அதோட ரிசல்ட் வந்திருக்கு" என்று சொல்லிட்டு அவரும் முடிக்காமல், திரும்ப ரிப்போர்ட்டை எடுத்து ஏதோ பார்க்க ஆரம்பித்தார்,

ஸ்டான்லி இப்ப என் பக்கம் திரும்பி என் கைய கெட்டியா புடிச்-சுக்கிட்டான். டென்ஷன்ல அவனோட உடம்பும் நடுங்கிட்டு இருக்கிறது, எனக்கு தெளிவா தெரிஞ்சது.

சீஃப் "ஐ அம் சாரி டு சே திஸ். உங்க ரெண்டு குழந்தைகள்ல ஒரு குழந்தைக்கு ட்ரைசோமி 13 சின்ட்ரோம் இருக்கிறதா தெரிய வந்-திருக்கு. வளர்ச்சி குறைபாடுகள்ள, டவுன் சின்ட்ரோம் ஓட ... இது ஆக்சுவலி இன்னும் கொஞ்சம் மோசமா உடல்/மனசு ரெண்டு வளர்ச்-சியையுமே பாதிக்கும்."

கண்ணுல கண்ணீர் அப்படியே தேங்கி, தொண்டை எல்லாம் வறண்டு போய், அடுத்து அவங்க கிட்ட என்ன கேட்கிறதுனு புரியாமல் ஸ்டான்லிய திரும்பி பார்த்தேன். அவன் ஏற்கனவே உடைந்து போய் அழ ஆரம்பிச்சிருந்தான்.

"கவலைப்படாதீங்க ஸ்டான்லி. இன்னொரு குழந்தை நார்மலா ஹெல்தியா தான் இருக்கு. வளர்ச்சி எல்லாம் கூட பர்ஃபெக்ட்டா இருக்கு."

கடைசியா சொன்ன விஷயம் மனசுக்கு கொஞ்சம் ஆறுதலாகி, நடுக்கம் குறைஞ்சு, என்னோட கேள்வியை சீஃப் கிட்ட கேட்டேன்.

"அந்தக் குழந்தை மட்டும் ஏன் இப்படி ஆச்சு டாக்டர்? நீங்க சொன்ன எல்லா விஷயத்தையும், ஒண்ணு விடாம அப்படியே ஃபாலோ பண்ணோமே?"

"வெல். அந்தக் கேள்விக்கான ஆன்சர் கடவுளுக்கு தான் வெளிச்-சம். மே பி ட்ரான்ஸ்வ்யூஷன் சின்ட்ரோம்'மா இருக்கலாம். சயின்ஸ் வளர்ந்து, இந்த இன்ஃபெர்டிலிட்டி ட்ரீட்மென்ட் எல்லாம் நம்ம இப்ப பண்ண ஆரம்பிச்சுட்டோம். ஆனா அதோட ரிசல்ட் இன்னமும் கடவுள் கிட்ட தான் இருக்கு. உங்க பேட்சி'ல எல்லாருக்கும் நாங்க ஒரே ட்ரீட்-மென்ட் தான் கொடுத்தோம். ஆனா 8 பேர்ல அஞ்சு பேருக்கு தானே பாசிட்டிவ் ரிசல்ட் வந்தது?"

ஸப்பா....இந்த டாக்டர்கள் இருக்காங்களே!! திரும்ப பேச முடியாம நம்ம வாயடைச்சு, நம்மள வெறுப்போட டையர்டும் ஆக்கி...!! நானும் ஸ்டான்லி மாதிரி அமைதியானேன்.

டாக்டர் உமா முதல் முறையா பேச ஆரம்பிச்சாங்க.

"நாங்க உங்கள எதுக்கு ஆக்சுவலா கூப்பிட்டோம்னா, குழந்தைக-
ளோட நிலைமை என்னன்னு உங்களுக்கு முதல்ல தெரியப்படுத்தனும்.
அது தவிர, சீக்கிரமாவே சொன்னா, யோசிச்சு முடிவு எடுக்கறதுக்கு
உங்களுக்கும் உதவியா இருக்கும்ல. அதான்...."

அதிர்ச்சியாகி ஸ்டான்லி நிமிர்ந்து பார்த்தான்.

"என்ன முடிவு? எதுக்கு?" கேள்வியை கேட்டுட்டு என்னோட
கையை இன்னும் இறுக்கமா அழுத்தி பிடிச்சுக்கிட்டான்.

டாக்டர் உமா "இந்த அஃபெக்டான குழந்தையை வச்சுக்கணுமா
வேணாமான்னு, நீங்க ரெண்டு பேரும் எவ்வளவு சீக்கிரம் முடிவு பண்-
றீங்களா அவ்வளவுக்கு அவ்வளவு நல்லது. அஃப்கோர்ஸ், நல்லா
இருக்கிற குழந்தையை அஃபெக்ட் பண்ண வாய்ப்பு இருக்கிறதால,
இன்னொரு குழந்தையை உடனே அபார்ட் எல்லாம் எதுவும் பண்ண
முடியாது. ஆனா உங்க முடிவு, எங்களுக்கு பெட்டரா பிளான் பண்ண
உதவும். இப்ப இருந்து நம்ம பண்ண போற டெஸ்ட் ப்ரொசீஜர் எல்-
லாத்தையும் நல்லா இருக்கிற குழந்தை மேல மட்டும் போக்கஸ் பண்ணி,
அத ஆரோக்கியமா வெளிய வர வைக்கலாம்."

அவங்க சொல்றதோட அர்த்தம் இன்னும் முழுசா புரியாததால,
அவங்களே பேசி முடிக்கட்டும்னு நாங்க ரெண்டு பேரும் வெயிட் பண்-
ணோம்.

சீஃப் "ரியல் டைம் அல்ட்ரா சவுண்ட் ஸ்கேன் வெச்சு, அஃபெக்ட்-
டான குழந்தையை மட்டும் செலக்ட்டிவ் டெர்மினேஷன் பண்ணலாம்.
அப்படி பண்ணா நார்மல் பேபியை வெளியே எடுக்கும்போது, இந்தக்
குழந்தையோட டெட் டிஷ்யூஸ்யும் கிளீன் பண்ணிடலாம்."

மருத்துவ சம்பந்தமான வார்த்தைகளை போட்டு, அவங்க சொல்ல
வந்தத ஈஸியா சொல்லி முடிச்சிட்டாங்க. அவங்க முடிச்ச அப்புறம்,
ரூம்ல மயான அமைதி. நாங்க எதுவும் சொல்லாம/கேட்காம, தொடர்ந்து
அமைதியாக இருக்கவே எங்களுக்கு வணக்கம் வச்சுட்டு சீஃப் டாக்டர்
முதல்ல கிளம்புனாங்க.

எங்களுக்கு இருக்கிற தர்ம சங்கடமான நிலைமைய மறைக்க, டாக்-
டர் உமா கஷ்டப்படுறாங்கன்னு அவங்க முகத்துல தெளிவா தெரிஞ்சது.
ஒண்ணுமே சொல்லாம, நாங்க ரெண்டு பேரும் எழுந்தோம்.

"சீஃப் நிலைமைய தெளிவா விளக்கிட்டாங்க. அதுக்குன்னு நீங்க செகண்ட் ஓபனியன் கேட்கக் கூடாதுன்னு இல்ல. இதோ. உங்களோட பைஃல்ஸ். தாராளமா யார்கிட்ட வேணா செக் பண்ணுங்க. ஆனா நம்பிக்கையை இழந்துடாம, அடுத்த ஆறு மாசமும் தைரியமா இருந்து அந்த ஆரோக்கியமான குழந்தையை பெத்து எடுக்கணும். எந்த கேள்வி, எந்த நேரமாக இருந்தாலும் தயங்காம எனக்கு நேரடியாவே கால் பண்ணுங்க."

ஹாஸ்பிடல்ல விட்டு வெளியே வந்து, ரெண்டு பேரும் அமைதியா அப்பார்ட்மெண்ட் நோக்கி நடக்க ஆரம்பிச்சோம். கேட் கிட்ட போகும்போது, திடீர்னு அடிச்ச ஸ்கூல் பஸ் ஹாரன்ல அதிர்ச்சியாகி காம்பவுண்ட் ஓரமா போய் நின்னோம்.

அங்க கூட்டமா நின்னுட்டு இருந்த பேரண்ட்ஸ் கிட்ட, பஸ்ல இருந்து இறங்கின ஒவ்வொரு குழந்தையா ஓட ஆரம்பிச்சது. கடைசியா பிரின்சஸ் காஸ்டியூம்ல தேவதை மாதிரி ஒரு மூணு வயசு பெண் குழந்தை இறங்கிச்சு. அந்த குழந்தைக்கு மட்டும் அப்பா அம்மான்னு ரெண்டு பேரும் காத்துட்டு இருந்தாங்க. ஓடிப்போய் அவங்கள குழந்தை கட்டிப்பிடிக்க, ரெண்டு பேரும் அவளை அப்படியே பறக்கிற மாதிரி தூக்கி சுத்த, குழந்தை சத்தமா சிரிக்க ஆரம்பிக்க, எனக்கு கண்ணுல இருந்து தண்ணி பொங்கி வழிய ஆரம்பிச்சது.

"ஸ்டான். எனக்கு நம்ம வீட்டுக்கு உடனே போகணும்."

கண்ணுல தண்ணியோட பேசினதால, நான் சொன்னது அவனுக்கு முழுசா புரியாம என் பக்கத்துல வந்து "என்ன"னு கேட்டான்.

"ப்ளீஸ் ஸ்டான். டிரைவரோ, கேபோ வேணாம். நீயே கார் ஓட்டு. நம்ம வீட்டுக்கு எனக்கு உடனடியா போகணும். நம்ப ரெண்டு பேர் மட்டும். ப்ளீஸ். ப்ளீஸ் ஸ்டான்"

அவன் தலையை மட்டும் ஆட்டிட்டு, என்ன இறுக்கமா கட்டி புடிச்சுக்கிட்டான்.

நாங்க பார்த்து பார்த்து செதுக்கி கட்டின வீடு, இந்த அப்பார்ட்மெண்ட்ல இருந்து ஒரு மணி நேரம் டிராவல் பண்ற தூரத்தில் இருந்தது. ஸ்டான்லி பயங்கர பொறுமையா ஓட்டிட்டு போனதுல, ஒன்றரை மணி நேரத்துக்கு மேலே ஆயிடுச்சு.

கேட்ட திறந்து உள்ள நுழைஞ்ச உடனே, நான் பின்னாடி இருந்த தோட்டத்துக்கு நடக்க ஆரம்பிச்சேன். காரை பார்க் பண்ணிட்டு வந்த

ஸ்டான்லி, என்னை கவனிக்காம நேரா வீட்டுக்குள்ள நுழைஞ்சான்.

என்னையும் அறியாம என்னோட கால்கள், தோட்டத்துல குறிப்பிட்ட அந்த ஒரு ஸ்பாட்டுக்கு என்னை கூட்டிட்டு போச்சு. ஜென்ம ஜென்மத்துக்கும் மறக்க முடியாத ஒரு இடம். நான் மண்டி போட்டு உட்கார்ந்து அந்த மண்ணுல வளர்ந்திருந்த எலுமிச்சம் செடிய தடவிக் கொடுத்தேன்.

டியூபுலயே வளர்ந்து உயிரை விட்ட அந்த எக்டோபிக் குழந்தையை புதைச்சு இடம் தான் அது. வெறும் 45 நாள் வளர்ந்த கரு தான்! ஆனா சின்னதா, அழகா ஒரு தல உருவெடுத்து, எனக்குள்ள உருவான முதல் உயிர்.

அத புதைச்சுட்டு வந்த அடுத்த சில மாசங்களுக்கு எவ்வளவு கஷ்டப்பட்டேன்!! என்னோட உயிருக்கு ரிஸ்க்ன்றதால, அந்த உயிரை கொன்னுட்டோமேன்னு பல நாள் தூக்கம் இல்லாம, சரியா சாப்பிட முடியாம பட்ட நரக வேதனை.

"நீயும் எனக்கு கொடுத்து வைக்காத ஒரு அழகு தேவதை தானா?"

வெறுப்போட அந்த மண்ணை கிளற ஆரம்பிச்ச போது தான், சீஃப் டாக்டரோட குரல் மண்டையில் திடீர்னு எதிரொலிச்சது.

"நான் ஆக்சுவலா இதை ரிவீல் பண்ணயிருக்க கூடாது. வாய் தவறி சொல்லிட்டேன், சாரி. அஃபெக்ட் ஆகி இருக்கிற கரு ஒரு பெண் குழந்தை. ஆரோக்கியமாக இருக்கிறது ஒரு ஆண் குழந்தை."

அவங்க சொன்ன வார்த்தைகள் திரும்பத் திரும்ப, என்னோட மண்டைக்குள்ள ஒலமா ஒலிக்க ஆரம்பிக்க, ஆழ்மனசுலயும் உயிர் நாடியிலும் ஏதோ அறுந்து போய், கோபம் தலைக்கு ஏறி, சத்தமா அலறிட்டே அந்தச் செடியப் பிடுங்கி எறிஞ்சுட்டு மண்ணை தோண்ட ஆரம்பிச்சேன்.

மேலும் தோண்டிக்கிட்டே, எடுத்த மண்ணை காத்துல தூக்கி அடிச்சு, என் மேலயும் தெறிச்சுக்கிட்டு, மனசுல வலி அதிகமாகி அதிகமாகி, இன்னும் கோரமா அலற ஆரம்பிச்சு, நினைவு கொஞ்சம் கொஞ்சமா நழுவ, அப்படியே மண்ணுல சாஞ்சேன்.

கண்ணு முழிச்சு எழுந்தப்ப, திரும்ப அப்பார்ட்மெண்டுக்கு வந்துட்டோம்னு புரிஞ்சது. ஹால்ல ஸ்டான்லியோட குரல் கேட்டுது. பொறு-

மையா அடி மேல அடி வச்சு ரூம விட்டு வெளியே வந்தேன்.

டைனிங் டேபிள்ல ஒக்காந்து பிரட்ட சாப்பிட்டுகிட்டே, ஆபீஸ் கால் பேசிட்டு இருந்தான் ஸ்டான்லி. என்னை பார்த்ததும் அவசர அவசரமா எழுந்துக்க பார்த்தான்.

நான் ஓகே வா தான் இருக்கேன்னு அவனுக்கு சிக்னல் பண்ணி, அவனை உட்கார சொன்னேன். சோபால உக்காந்து அவன் பேசி முடிக்கிற வரைக்கும் வெயிட் பண்ணிட்டு, அப்புறம் கேட்டேன்.

"ஏதாவது யோசிச்சியா ஸ்டான்?"

என்னையே சோகமா பார்த்தவன், பெருமூச்சோட திரும்ப லேப்டாப்ல வேலை பார்க்க ஆரம்பிச்சான். கொஞ்ச நேரம் அமைதிக்கு பிறகு, லேப்டாப்ல இருந்து கண்ணு எடுக்காம பதில் சொன்னான்,

"முடிவு எடுக்கிறது ரொம்ப கஷ்டமாத்தான் இருக்குப்பா. பட் ஐ திங்க், ஒரு குழந்தையை இழக்க நம்ம தயாராகி தான் ஆகணும்."

அவன் முழுசா சொல்லி முடிக்கட்டும்னு நான் அமைதியா இருந்-தேன். இப்ப லேப்டாப்பை மூடி வச்சுட்டு, என் பக்கத்துல வந்து உட்-கார்ந்து என் கையை இறுக்கமா புடிச்சுக்கிட்டான்,

"நீ குழந்தையை சுமக்கிற ஒவ்வொரு நாளும் உன் கூடவே இருக்-கணும்னு தான் நானும் ஆசைப்படுறேன். ஆனா நம்ப நிதி நிலைமை அதுக்கு ஒத்துழைக்குதா என்ன? இரண்டு குழந்தைகளை நல்லா வளக்-கறதே நமக்கு கொஞ்சம் கஷ்டம் தான். அதுவும் சின்ட்ரோம் ஓட வளர்ற குழந்தைகளோட தேவைகள் ஜாஸ்தி. அது நம்ம எட்ட முடியாத உயரத்துல இருக்குது'ன்றதை நாம ஒத்துக்கிட்டு தான் பா ஆகணும்."

சொல்லிட்டு, சாப்பிட்ட தட்டை எடுத்துக்கிட்டு கிச்சனுக்கு போனான் ஸ்டான்லி.

அடுத்த ஒரு வாரத்துக்கு, அஃபெக்ட் ஆன குழந்தையை எப்படியா-வது காப்பாத்திட முடியுமா என்ற நப்பாசையில, எல்லா பக்கமும் விசா-ரிச்சேன். நைட் எல்லாம் ஆன்லைன்ல தேடுனேன். யோசிச்சு, மேல மேல யோசிச்சு, என்னோட எண்ணங்களே எனக்கு நரக வேதனையா மாறுச்சு.

செகண்ட் ஓபனியன் கேட்ட இடத்துல எல்லாம், கொஞ்சம் தயக்-கத்தோடையே பதில் சொன்னாங்களே தவிர, கண்டிப்பா காப்பாத்திட-லாம்'னு ஒரு ஆணித்தரமான நம்பிக்கையை எங்களுக்குள்ள விதைக்-கிற மாதிரி யாருமே கிடைக்கல.

இன்னொரு பக்கம், இந்த மாதிரி ஸ்பெஷல் சைல்ட்'களுக்கு கிளாஸ் எடுக்கிற ஒரு டீச்சரோட அறிமுகம் கிடைச்சது. இந்த மாதிரி குழந்தைங்களோட பெற்றோர்கள், இந்தக் குழந்தைகளை நார்மலா வளர்க்க எவ்வளவு தூரம் ஸ்ரெட்ச் பண்ண வேண்டி இருக்குன்னு கேட்டப்ப பயங்கர மலைப்பா இருந்துச்சு. யு.எஸ் மாதிரி வளர்ந்த நாடுகள்லேயே, பெத்தவங்க ரொம்ப கஷ்டப்படுறாங்கன்னு தெளிவா புரிஞ்சுது.

வேற வழி இல்லாம, ஸ்டான்லி எடுத்த முடிவுதான் கரெக்ட்டுன்னு நான் என் மனச சமாதானப்படுத்திக்க ஆரம்பிச்சேன். ஒரு குழந்தையாவது நல்லா வளர்த்துக் கொடுத்திருக்கிறார்'னு கடவுளுக்கு நன்றி சொன்னேன்.

எங்களோட முடிவ ஹாஸ்பிடல்ல போய் சொல்லிட்டு வந்ததுக்கு அப்புறம், என்னோட குழப்பம் திரும்பவும் அதிகமாச்சு, என்னை சமாதானப்படுத்த நான் எடுத்த, ஸ்டான்லி எடுத்த முயற்சிகள்'னு எல்லாம் ஏமாற்றமா தான் போய் முடிஞ்சது.

நைட்டு எல்லாம் குழந்தையை நினைச்சு, அழுது - சுத்தமா தூக்கம் இல்லாம போச்சு.

நான் யோசிச்சு பயந்த அந்த நாளும் வந்துது. 24 ஆவது வாரம், என்ன அட்மிட் பண்ணி அந்த செலெக்ட்டிவ் டெர்மினேஷன் பண்ணி முடிச்சாங்க.

டெலிவரி நாள் நெருங்க நெருங்க, இன்னும் வினோதமான எண்ணங்கள் என்னை போட்டு நெறுக்க ஆரம்பிச்சுது.

'ஒருவேளை எனக்கு கருவில்'ல ஒரே ஒரு குழந்தை உருவாகி, அதுக்கு இந்த சின்ட்ரோம் இருந்திருந்தா? வேற வழியே இல்லாம அந்த குழந்தையை எப்படியாவது வளர்த்திருக்க மாட்டோமா? இன்னொரு குழந்தை ஆரோக்கியமாக வளர்ந்ததுல, இந்த குழந்தையோட தப்பு என்ன?'

தூக்கம் இல்லாம போனது மட்டும் இல்லாம, பயங்கரமான கனவுகள் வேற இப்ப வர ஆரம்பிச்சது.

நானே என் கையால ஒரு வளர்ந்த பெண் குழந்தையை, கழுத்தை நெரிச்ச கொலை பண்ற மாதிரி எல்லாம் கனவு வந்து, உடம்பு முழுக்க வேர்த்து போய், நைட்டு எல்லாம் பிரேயர் ரூம்லயே பழியா கிடந்து, அப்படியே 32 வாரம் ஆயிடுச்சு.

அந்த வார ஞாயிற்றுக்கிழமை, பணிக்கடம் உடைஞ்சு எமர்ஜென்ஸியா ஹாஸ்பிடல்ல அட்மிட் ஆனேன். வெளியே இருந்த ஸ்டான்லி கிட்ட கையெழுத்து எல்லாம் வாங்கிட்டு, ஆப்ரேஷனுக்கு என்னை தயார் ஆக்கினாங்க. அப்ப எடுத்த ஸ்கேன் ரிப்போர்ட்ட வெளியே எடுத்துட்டு போன உமா டாக்டரும், சீஃப் டாக்டரும் பயங்கர சத்தமா ஏதோ ஆர்க்யூ பண்ணிக்கிட்டாங்க.

திரும்ப உள்ள வந்த உமா டாக்டர் கிட்ட கேட்டேன்.

"எல்லாம் ஓகே தானே டாக்டர்?"

பதிலுக்கு அவங்களோட அக்மார்க் புன்னகையை மட்டும் பதிலா சொல்லிட்டு, ரூம்ல இருந்து அனஸ்தீஷ்யா டாக்டருக்கு சைகை காமிச்சாங்க. அவரு ட்ரிப்ஸ் ஓடிட்டு இருந்த டியூப் வழியா, மயக்க மருந்து செலுத்த, எனக்கு கொஞ்சம் கொஞ்சமா சொருக ஆரம்பிச்சது.

உள்ள பரபரப்பா நுழைஞ்ச சீஃப் டாக்டர் "செலெக்டிவ் டெர்மினேஷன் பண்ண அந்த கரு, தொடர்ந்து வளர்ந்துட்டே இருக்கிறது பத்தி ஏன் எனக்கு தெரியப்படுத்தலை டாக்டர் உமா?"

தலை குனிஞ்ச டாக்டர் உமா "சாரி சீஃப், ஹெல்த்தி பேபி மட்டும் போக்கஸ் பண்ணதால…"

மயக்கத்தோட ஆக்கிரமிப்புல உடம்புல உணர்ச்சிகள் தெரியலனாலும், இன்னும் முழுசா மயக்கம் ஆக்கிரமிக்காத எனக்கு சீஃப் சொன்னது அதிர்ச்சியாவும் ஆச்சரியமாகவும் இருந்தது.

சீஃப் "அதெல்லாம் சரி டாக்டர் உமா. அது எப்படி தாயோட கர்ப்பப்பையில் இருக்கிற ஒரு கரு, தொப்புள் கொடிய யூஸ் பண்ணி இன்னொரு கருவோட கழுத்த நெறிக்க முயற்சி பண்ணி இருக்குன்னு சொல்றீங்க?"

அடுத்து அவங்க பேசின விஷயங்கள் கொஞ்சம் கொஞ்சமா தெளிவில்லாம, கனவு போல தோண ஆரம்பிக்க, கண்ணு முன்னாடி எல்லாமே ஒரு நொடியில் சட்டுனு இருட்டாச்சு.

டாக்டர் உமா "ஸ்கேன் இமேஜ்ல, அந்த அஃபெக்டட் பெண் கருவோட கழுத்துல தொப்புள் கொடி சுத்தி இருக்கிறது மட்டும்தான் தெரிஞ்சுது. சீடி'ய திருப்பி போட்டு பார்த்தப்ப தான், மூவிங் இமேஜ்ஸ்'ல உத்து கவனிச்சோம். செய்ற விஷயம் தனக்கே ஆபத்தா முடியும்னு தெரியாத அந்த ஆண் கரு, தொப்புள் கொடிய இன்னொரு கருவாட கழுத்துல பலமா அழுத்திட்டு இருக்கிறது தெரிஞ்சது"

சீம்ப் "என்னோட லாஜிக்கல் கிளினிக்கல் பிரைன் இன்னமும் இத ஒத்துக்க மறுக்குது. ஏன் எதுக்குன்னு இத ஆராய்ச்சி பண்றதுக்கும் இப்ப நமக்கு நேரம் இல்லை."

டாக்டர் உமா "நீ எதை நினைக்கிறாயோ, அதுவாகவே ஆவாய்." - "இது தொப்புள் கொடியில பந்தத்தை ஷேர் பண்ற ஒரு தாய்க்கும் குழந்தைக்கு கூட பொருந்தும் இல்லையா சீம்ப்? அவங்க மனசுல என்ன நெனச்சிட்டு இருந்தாங்கன்னு நமக்கு தெரியாதே! மே பி, தாயோட எண்ணங்களை தான் இந்த கரு செயல்படுத்த முயற்சி செஞ்சுதோ என்னவோ!"

"வாட் எவர். ஆரோக்கியமா இருக்கிற குழந்தையை சேவ் பண்றது தான் நம்மளோட முதல் கடமை. இந்த தொப்புள் கொடிய கழுத்துல சுருக்குன பிரச்சனையில, டெலிவரி இன்னும் காம்ப்ளிகேட் வேற ஆயிடுச்சு."

நாலு மணி நேரம் கழித்து:

சீம்ப் டாக்டர் ரூம். டென்ஷனாக அவர் குறுக்கும் முருக்கும் நடந்து கொண்டிருக்க, டினும் ஹாஸ்பிடல் சி.இ.ஓ வும் உள்ளே நுழைந்தார்கள்.

டின் "டாக்டர் மலர். நீங்க சொன்னத இன்னும் என்னால டைஜஸ்ட் பண்ணிக்க முடியல. என்ன நடந்துச்சுன்னு கொஞ்சம் டிடைலா சொல்றீங்களா?"

சீம்ப் "உங்களுக்கு தெரியாதது ஒன்னும் இல்ல சார். அம்மா மூலியமா முதல் முதல்ல கேக்குர பாடல்கள், அவங்களோட விருப்பு வெறுப்புகள், இது எல்லாம் தானே பிறக்கிற குழந்தையோட ப்ரைமரி மெமரியா இருக்கும்! அதனால தானோ என்னவோ இந்த ஹெல்த்தி பேபி, அஃபெக்டட் பேபியை கொலை பண்ண பார்த்து இருக்கு"

"அதெல்லாம் ஓகே டாக்டர். எப்படி இந்த அஃபெக்டட் பேபி செலெக்டிவ் டெர்மினேஷன் பண்ணியும் பொழச்சது?"

சீம்ப் டாக்டர் தலை குனிந்து, அவருடைய கைகள் கொஞ்சமாக நடுங்க ஆரம்பித்தன.

"ஒருவேளை அந்த டெர்மினேஷன் ப்ரோசிஜர் ரொம்ப லேட்டா பண்ணிட்டமா, இல்ல அந்த கருவுக்குனு ஒரு வில் பவர் இருந்து அது சர்வைவ் ஆச்சான்னு தெரியல சீம்ப்."

ரூமில் கொஞ்ச நேரம் அமைதி. திரும்ப பேச ஆரம்பித்த சீம்ப்,

"அந்த அஃபெக்டட் பேபிக்கு எந்த அளவுக்கு வில் பவரும் செல்ஃப் டிபன்ஸ்ம் இருந்திருந்தா, தன்னை அழிக்க நினைச்ச அந்த நார்-மல் பேபியை அழிச்சிட்டு, நம்ம கொஞ்சமும் எதிர்ப்பார்க்காம, இந்த அஃபெக்டட் பேபி உயிரோட வெளிய வந்ததுன்னு எனக்கு தெரியல. சத்தியமா தெரியல. எனக்கு சுத்தமா புரியல." அமைதியாக பேச ஆரம்-பித்தவர், கடைசியில் பைத்தியம் போல் சத்தமாக கத்த ஆரம்பித்தார்.

சீம்ப் டாக்டர் மலரின் ரியாக்ஷன்களை, சலனம் இல்லாமல் பார்த்துக் கொண்டிருந்த சி.இ.ஓ, டீனின் பக்கம் திரும்பினார்.

"சோ ஹெல்தியா இருந்த பேபி இப்ப இறந்துருச்சு. டிரைசோமி சின்ட்ரோம் ஒட இருக்கிற குழந்தை பொழச்சிருச்சு."

ஆமாம் என்பது போல தலையை ஆட்டினார் டீன்,

"வெல். திங்ஸ் ஹப்பன். நாட் எவ்ரிதிங் இஸ் இன் அவர் கண்ட்-ரோல். இப்ப இந்த மெசேஜ் அவங்க குடும்பத்துக்கு எப்படி எடுத்துட்டு போகப் போறோம்ன்றது தானே பிரச்சனை?"

டீன் "என்னோட கவலை, அத பத்தி இல்ல சார்."

சி.இ.ஓ, "பின்ன?"

சி.இ.ஓ, வை நெருங்கி வந்த டீன், அவரை கண்களுக்குள் ஊடு-ருவி பார்த்து,

"என்னோட பயம் எல்லாம் இப்ப பொழச்ச அந்த குழந்தையை பத்தி தான்.

சரியான வளர்ச்சி இல்லன்னு நம்ம யோசிச்ச ஒரு குழந்தை,

நம்ம டெர்மினேட் பண்ண கொடுத்த ட்ரீட்மெண்ட் தாண்டி பொழச்ச அந்த குழந்தை,

ஆரோக்கியமாக வளந்திருக்கிற இன்னொரு குழந்தையை கொலை பண்ணிட்டு தன்னை காப்பாத்திக்கிற அளவுக்கு அதுக்கு வெறியும், கோபமும், வில் பவரும் - தாயோட கருவறைக்குள்ளேயே இவ்வளவு வீரியமா இருந்திருக்குன்னா, வெளிய வந்தப்புறம் அது என்னெல்லாம் அழிவை ஏற்படுத்த போகுதோ?"

❧

2

பழி தீர்த்து பகை கொள்

மாணிக்கம் "என்ட கட்ஃசியா இருக்ற ஒரே தெளலத்தான விஷயம் இந்த வைரம்தான். அத்தோட வேல்யுவ, அதுக்கு காமிக்க வேண்டிய நேரம் வந்திருச்சு"

"புரியுது அங்கிள். ஆனா நீங்க ஏன், இதுக்கு நேரடியா களத்துல இறங்கணும்?"

பதில் சொல்லாமல், உட்கார்ந்திருந்த சேரில் இருந்து எழுந்து கொண்டார் மாணிக்கம்.

மாணிக்கம்: மாநிறம், வயது 65 - 70க்குள் இருக்கும். ஜிகுஜிகு சட்டையில் முதல் மூன்று பட்டன்கள் திறந்து, அடர்த்தியான நெஞ்சு முடிக்கு நடுவில், பளபளப்பான அந்த லாங் தங்கச் செயின். மெலிந்த தேகத்துக்கு, சம்பந்தம் இல்லாத பெரிய தொப்பை. முடியை பெருசாக வளர்த்து பின்னாடி குடுமி, சின்ன பசங்க போடுற கூலிங் கிளாஸ்'ஸ போட்டு, லைட் வெளிச்சத்துல கண்ணு கூசுவதை தடுக்க பார்த்தார்.

"இவ்ளோ வருஷம் செஃபா மறைஞ்சு இருந்துட்டு, இப்ப எதுக்கு திடீர்னு ரவி கிட்ட உங்களை எக்ஸ்போஸ் பண்ணி ரிஸ்க் எடுக்குறீங்க?"

கேள்வி கேட்டவனை திரும்பிப் பார்த்து முறைத்தார் மாணிக்கம், ஒன்றும் சொல்லாமல் அந்த ஷெட்டின் கூரையையும், சுத்தி கிடந்த எல்லாவற்றையும் வெறுப்போடு பார்த்தார் மாணிக்கம்.

அது ஒரு பழைய மரக்கடை ஷெட். விதவிதமான சைஸ்களில் வெட்டப்பட்ட மரக்கட்டைகள் முன்புற வாசலை அடைத்திருக்க, மத்த இடங்களில் எல்லாம் பழைய பர்னிச்சர்கள், அதில் சில பர்னிச்சர்கள் புதுப்பிக்கப்பட்டு விற்பனைக்கு தயாராக கம்பீரமாக நின்றன. பர்னிச்சர்-களுக்கு நடுவில் ஆங்காங்கே பெரிய பாரல்கள்.

மாணிக்கம், அடித்த சரக்கின் ஆதிக்கத்தில் தள்ளாடிக் கொண்டு பக்கத்தில் சுரங்க மாதிரி தெரிந்த ஒரு பெரிய பைப் குழாய் அருகில் சென்று தரையில் உட்கார்ந்து கொண்டு, உள்ளே எட்டிப் பார்த்தார். அந்த பைப்பின் வழியே நடந்தால் உள்ளே வேற ஒரு பெரிய ரூம் தெரிந்தது. அந்த ரூம் பூராவும் பேரல்கள்.

கூரை முதல் எல்லா சுவர் ஓரங்களுக்குள்ளும் எதையோ பார்வை-யால் தேடிய மாணிக்கம், திடிரென்று சத்தமாக கத்தினார்.

"எவ்ளோ நாள்? எவ்ளோ நாள்? இதுக்கு மேல முடியாது தர்மா. கட்ஃசி டைம்ல யாவது நிம்மதியா வாழ்ந்துட்டு, செய்ய வேண்டிய எல்-லாத்தையும் கரீட்டா செஞ்சுட்டு சாவணும்டா."

೬

ரவி "பெருசு அவ்ளோ சீக்கிரம் காம்ப்ரமைஸ்க்கு வராதே? மீட்டிங்கு கூப்பிடுறது சுகரான மேட்டர் தானே, தர்மா?"

"ஆமா ரவி. செக் பண்ணி பாத்துட்டேன். கடைசியா ரெண்டு டீலிங் வெளிய வராம பண்ண பார்த்து இருக்காரு. இரண்டும் போலீஸ் கைல போயிடுச்சு. டீலிங்க பக்காவா முடிச்சு பணத்தை கையில பாக்குறதுக்கு, உன்னைத் தவிர வேறு யாராலும் முடியாதுன்னு தான், அவரே களத்-துல இறங்கி இருக்காரு."

பதில் சொல்லாமல், ரவி ஜன்னலின் பக்கம் போய் அமைதியாக வெளியே பார்த்தான்.

சிகரெட்டை பத்த வச்சு, புகைகளுக்கு நடுவில் ஆழமாக யோசித்-தான். அடுத்து அடுத்து என்று, யோசித்துக் கொண்டு மூன்றாவது சிக-ரெட்டை அவன் பத்த வைக்க,

நாகா "யண்ணா. இந்த கிழ போல்ட் எல்லாம் ஒரு ஆள்னு இப்படி யோசிக்கிற?"

லோகு "தலை. உன் ரேஞ்ச்க்கு, இவனை எல்லாம் பொடிமாஸ் பண்ணி அலாக்கா முழுங்கிட்டு போய்ட்டே இருப்பியா? அதை விட்-

டுட்டு!!"

புகையை மேல் நோக்கி ஊதிக்கிட்டே பலமா தலையாட்டினான் ரவி, "தே சீ. வஞ்சீரமா இது. லபக்குன்னு முழுங்குறதுக்கு? ஏதோ முள்ளு தட்டுப்படுது. எந்த மீன்'னும் தெரியல. தூண்டில் யாருக்கு, எதுக்கு'ன்னும் புரியல"

லோகு "அப்ப மீட்டிங் கேன்ஸல். டில் தலை ரேஞ்ச்க்கு வொர்த்'தா இல்லை'னு சொல்லிட்டா என்ன?"

தர்மா "அப்படி சொன்னா நம்ம பயந்து பின்வாங்கு.."

என்று அவன் முடிப்பதுற்குள், ரவி "கரெக்டா சொன்னே தர்மா."

என்று நாலாவது சிகரெட்டை பத்த வைத்தான்.

"வெயிட் பண்ணு. எப்படி இதயும் தரமா, சிறப்பா செய்யறதுன்னு சொல்றேன்."

⌘

ஏ.ஸ்.பி (போலீஸ்) ஆபீஸ்:

எஸ்.பி "எல்லாரும் இங்கே என்ன புடுங்கிட்டு இருக்கீங்க? இவ்-வளவு நடந்துருக்கு, ஏன் எனக்கு அப்டேட்ஸ் எல்லாம், இவ்வளவு லேட்டா, அதுவும் மீடியா மூலமா வருது?"

இன்ஸ்பெக்டர் "வந்து சார்..." என்று இழுக்க

சர்க்கிள் இன்ஸ்பெக்டர் முன்னாடி வந்து,

"அவன் ஒரு பல்லு புடுங்கன பாம்பு சார். ரிட்டையர்டு தாதா. ஒண்-ணுத்துக்கும் வேலைக்கு ஆக மாட்டான். அவனுக்கு டிம்'னு கூட இப்ப எதுவும் கிடையாது. அதனாலதான் அவனோட அப்டேட்ட யாரு பிராயிரிடில வைக்கல சார்."

எஸ்.பி அவரை எரிக்கிற மாதிரி பார்த்துவிட்டு "ஒரு கிரிமினல் ஓட கேஸ் ஹிஸ்டரிய சரியா ரிவ்யூ பண்ணாம, இப்படி எல்லாம் அஸ்யூம்ட் டெசிசன்ஸ் எடுக்காதீங்க. வென் இன் டவுட், ஆஸ்க் யுவர் சீனியர்ஸ்,"

எ. எஸ் பி இப்போது முன்னாள் வந்தார்.

எ. எஸ் பி "மாணிக்கத்த அண்டர் எஸ்டிமேட் பண்ணாதீங்க இன்ஸ்-பெக்டர். பத்து வருஷத்துக்கு முன்னாடி காணாம போனவரை பத்தி நமக்கு எதுவும் தெரியாது. எங்க இருந்தாரு, இவ்ளோ வருஷமா என்ன பண்ணிட்டு இருந்தாரு, இப்ப என்ன பண்ணப் போறாருன்னு, வி ஹேவ்

நோ க்ளூ. இவ்வளவு வருஷம் கழிச்சு திடீர்னு வெளிய வரார்னா, ஃபுல்லா பிரிப்பேர் ஆகி வரார்னு கூட அர்த்தம் இருக்குல்ல!!"

சர்க்கிள் இன்ஸ்பெக்டர் இப்போது அமைதியானார்.

ஆனால் இன்ஸ்பெக்டர் துரு துரு என்று,

"ஆனா சார். பத்து வருஷம் முன்னாடியே மாணிக்கத்தோட மொத்த குடும்பத்தையும், கேங்க்'யும் ரவி மொத்தமா அழிச்சு ஓயிட் வாஷ் பண்ணிட்டானே சார்."

எஸ். பி இப்ப ரொம்ப கடுப்பாகி சிகரெட்டை தேடி வாயில வச்சவர். பத்த வைக்கிறதுக்கு முன்னாடி திடீர்னு யோசிச்சு இன்ஸ்பெக்டரை பக்கத்துல கூப்பிட்டார்.

"ரவி அவ்வளவு பண்ணியும், மாணிக்கம் திரும்ப ஒண்ணுமே பண்ணாம ஹெயிட் அவுட்ல போய், இப்ப திடீர்னு பத்து வருஷம் கழிச்சு வெளியே வந்தது தான் எனக்கு இன்னும் பதட்டமா இருக்கு. தயவு செஞ்சு டீம் அசெம்பிள் பண்ணி மீட்டிங் பாயிண்ட் கண்டுபிடிச்சு, எனக்கு உடனே அப்டேட் பண்ணுங்க. போங்க."

ரகசியமாக பேச ஆரம்பித்தவர், முடிக்கும்போது சத்தமாக கத்த, எல்லாரும் பரபரப்பாக ரூமை விட்டு வெளியேறினர்.

❧

தர்மா "ரவி நீங்க சொல்ற இடத்துலயே மீட்டிங் வச்சுக்க ஒத்துக்கிட்டான்"

மாணிக்கம் அது ஏதோ எதிர்பார்த்த விஷயம் தான் என்பது போல பெரிய உற்சாகம் காட்டவில்லை.

"ஆமா தர்மா. உன்ன பத்தி அவனுக்கு?" என்று இழுத்தார்.

"கண்டிப்பா இதுவரைக்கும் எந்த டவுட்டும் இல்ல. அவ்ளோ நம்பிக்கை என் மேல. நிறைய டீலிங் நானே நேரடியாக பாக்குறேன். அவன் குரூப்ல வேற யாருக்குமே அந்த உரிமையை அவன் இன்னும் தரல."

பெருமூச்சு விட்டார் மாணிக்கம் "பார்த்து சூதானமா இருந்துக்க. ஆங்...... அப்புறம்... இனிமேட்டு என்ன பாக்க வராத. அப்புறம், என் நம்பரையும் உன் போன்ல இருந்து தூக்கிடு. அவனுக்கு உன் மேல ரவ்வோண்டு டவுட் கூட வரக்கூடாது. நீதான் என்னோட கடைசி மீட்டரு. மெமரில வச்சுக்க,"

என்றதும் தலை குனிந்தான் தர்மா.

"என் மேல அவனுக்கு அளவு கடந்த நம்பிக்கை இருக்கிறதால, நம்ம மீட்டிங்கு'கு என்னதான் கூட வர சொல்லி இருக்கான்"

உச்சகட்ட அதிர்ச்சியான மாணிக்கம், கோபமாக சேரை எடுத்து பக்கத்தில் இருந்த தூணில் அடிச்சு உடைத்தார். பின்பு தலையை அந்த தூணில் முட்டிக்கொண்டு "ஆ...ஆ" என்று சத்தமாக கத்தி, கீழே சரிந்து அழ ஆரம்பித்தார்.

❦

ரவி "முன்னாடி எல்லா டீலிங்கும், பிலால் சேட் மூல்யமா தான் பெருசு ரூட் அடிச்சுட்டு இருந்துது. ஆனா இந்த டீல்ல, சேட்டு பேரே வரல. சேட்டு மூலமா வில்லங்கமா ஏதனாவது ஸ்கெட்ச் போடறாங்களான்னு, நீ ஒரு கண்ணு வச்சுக்க"

தலையாட்டி விட்டு நகந்தான் நாகா.

விரைப்பாக நடந்து போகும் அவனை முறைத்தான் தர்மா.

❦

மீட்டிங்கிற்கு முதல் நாள் இரவு, அதே பழைய மரக்கடை. கீழே உருண்டு கிடந்த நாலு பேரல்கள் மேல் சைடு வாக்கில் படுத்திருந்தார் மாணிக்கம்.

அவர் கையில் போட்டோ பிஃரேம். மனைவி, மச்சினன், இரண்டு மகள்கள், மகன், மருமகன்கள் என்று குடும்பம் மொத்தமும் கடைசியாக சிரித்த நிமிஷம். கண்ணில் வழிந்த கண்ணீரை போட்டோ பிரேமை வைத்தே துடைத்துக் கொண்டார் மாணிக்கம்.

❦

மரக்கடை வாசலில் வண்டி நின்றதும், இறங்கி சோம்பல் முறித்துக் கொண்டே சுத்தியும் நோட்டம் விட்டான் ரவி. கூரையில் இருந்த எதையோ பார்த்து பலமாக புன்னகைத்தான்.

அதே புன்னகையுடன், மரக்கடை வாசலை நோக்கி நடக்க ஆரம்பித்தான். தர்மா பின் தொடர்ந்தான்.

வாசல் வழியாக உள்ளே செல்லாமல், கடையின் சைடில் போய் எட்டிப் பார்த்தான் ரவி. பின்பக்கம் சுற்றிலும் காடு. அப்படியே சைடு

வழியாக சுற்றிக்கொண்டு பின்பக்கம் வாசல் நோக்கி போனான்.

"மெர்சல் ஆவாம உள்ள வா ரவி. கரீட்டான டோர்க்கு தான் வந்-திருக்கிற. உள்ள வா" என்று உள்ளே இருந்து மாணிக்கத்தின் குரல் கம்பீரமாக வெளியே எதிரொலித்தது.

கொஞ்சம் ஆச்சரியப்பட்டுக் கொண்டே உள்ளே நுழைந்தான் ரவி.

கல்யாண வரவேற்பு அறையில், சந்தனம் தெளிப்பவர்களைப் போல மாணிக்கமும் அவர் கூடவே இன்னொரு இளைஞனும் வாசலுக்கு பக்-கத்திலேயே நின்று கைகூப்பி வரவேற்றார்கள்.

ரவி "வாவ் குருஜி. பார்த்து ரொம்ப வருஷம் ஆச்சு? வரவேற்பே பலமா ஃபிலிம் மேரி இருக்கு! நிஜமாவே தர மாஸ்!"

மாணிக்கம் "பயச எல்லாம் மறந்துற முடியுமா? ஆறு வயசுல இருந்து நீ வளர்றது நேர்ல பார்த்திருக்கிறேனே. சும்மாவா? சரி அத்தை விடு. ரெண்டு பேரும் உள்ள வாங்க முதல்ல"

என்று உள்ளே நடக்க ஆரம்பித்தார் மாணிக்கம். ரவி முழித்தான்.

"என்னது!! அவ்வளவுதானா? பொருள், சாமான் ஏதாவது வச்சிருக்-கமான்னு இரண்டு சைடுமே செக் பண்ணிக்க போறதில்லையா?"

"நீ எனக்கு ஒத்தாசை பண்ண வந்திருக்கிற. அதுவும் என் இடத்-துக்கு வந்து இருக்குற. உன்னை சந்தேகப்படுறது அவ்வளவு சரியா இருக்காது"

என்று திரும்பிப் பார்க்காமல் நடந்து கொண்டே சொன்னார் மாணிக்-கம்.

"அப்புறம் எதுக்கு குருஜி, நாலு ரோடு திரும்பற இடத்திலிருந்து வரிசையா மூணு ஜாமர் வச்சு, 10 கிலோமீட்டர்'க்கு அந்தாண்ட யே போன் சிக்னல் எல்லாம் அவுட் பண்ணீங்க?"

கொஞ்சம் அதிர்ச்சியாகி, திரும்பிப் பார்த்து முழித்தார் மாணிக்கம். ஒருமாதிரி சமாளிக்கிற ரியாக்ஷன் கொடுத்துட்டு, பதில் சொன்னாரு.

"உன்ன கூப்பிட்டதுக்கு, உன்ன வேணா நம்பலாம் ரவி. என்னோட சேஃப்டிக்கு, வேற யாரும் வராம பாத்துக்கணும் இல்ல, அதுக்கு தான் ஜாமர்,"

இப்போது சத்தமாக சிரிக்க ஆரம்பித்தான் ரவி. "ரொம்ப வருஷம் கழிச்சு வந்ததுனால, நீங்க ட்ரெண்டிலேயே இல்ல. என்னோட சேப்டிக்கு, நான் ஒரு விஷயம் பண்ணிக்கவா குருஜி."

என்று பணிவாக குனிந்து கேட்டுவிட்டு, ஒரே நேரத்தில் இரண்டு கஃங்களை கோட் பாக்கெட்டில் இருந்து எடுத்து, ஒரே நேரத்தில் தர்மாவையும் அந்த இன்னொரு இளைஞனையும் தெற்றிப் பொட்டில் சுட்டான் ரவி.

அதிர்ச்சியில் உறைந்து போய் சிலை போல நின்றார் மாணிக்கம்.

ரவி "எவ்ளோ நாள் கழிச்சு நம்ம ரெண்டு பேரும் இப்படி ஒரு மீட்டிங் ஒக்கார்'றோம்? அதுல முதுகுக்கு பின்னாடி நிக்கிறவன் நம்மளை செஞ்சுருவானோன்னு யோசிச்சுட்டே இருந்தா, எப்படி நிம்மதியா பேச முடியும்?"

மாணிக்கத்தின் உதடுகள் கோவத்தில் துடிக்க, சோகத்தில் உடல் முழுவதும் நடுங்க ஆரம்பித்தது. இறந்து கிடந்த இரண்டு பேரையும் திரும்பத் திரும்ப பார்த்தார்.

ரவி "நம்ம ரெண்டு பேர்ல ஒருத்தர் கண்டி சாகணும்னா, அது நீயோ நானோ பண்ற அசால்டா இருக்கணும். ஒரு துரோகியோட கைல சாவறது எவ்ளோ கேவலம். இன்னா குருஜி? நான் சொல்றது கரெக்ட் தானே?'

அந்தப் பக்கம் போய் தர்மாவையும் பார்க்க முடியாமல், இந்தப் பக்கமும் அழ முடியாமல், அப்படியே முட்டி போட்டு அமர்ந்து ஓலமாக அழ ஆரம்பித்தார் மாணிக்கம்.

ரவி "அயுது முஷ்ட்டிங்கன்னா, அடுத்து இன்னான்னு பாக்கலாம். நிறைய வேலை இருக்கு! வைர டில முடிக்கணும்! பாடியெல்லாம் டிஸ்போஸ் பண்ணனும்!"

மாணிக்கம் விம்மலை கட்டுப்படுத்திக் கொண்டு பேச முயற்சிக்க, தொண்டை வறண்டு போய் வார்த்தைகளே வெளியே வரவில்லை. தொண்டையை செறுமிக்கண்டு, உடைந்த குரலில் கொஞ்சமாக பேசினார்.

"அப்ப நீ இங்க சா'லா பிசினஸ் பண்ண வரல. வைரத்தை புடுங்கிட்டு போக வந்திருக்க. இல்ல?"

ரவி இப்போது மெலிதாக புன்னலகத்தான்.

"கரீட்டா சொன்னிங்க குருஜி. இப்பதான் நீங்க குயிக்கா ட்ரெண்டுக்கு வரீங்க"

அழுவதை நிறுத்தி இருந்த மாணிக்கத்தின் முகத்தில் இன்னமும் அந்த வெறித்தனமான கோபம் தெரிந்தது.

மாணிக்கம் "நீ கொஞ்சமும் மாறல ரவி. எப்படித்தான் இப்படி யார் மேலயும் நம்பிக்கை இல்லாம பிசினஸ் நடத்திட்டு இருக்கியோ?"

"ஹா ஹா ஹா" சத்தமாக சிரித்தான் ரவி "நம்பிக்கை நாணயம்னு பிசினஸ் பண்றதுக்கு நம்ப என்ன நகைக்கடையா வச்சிருக்கோம். நம்-பிக்கை, விசுவாசம் மாதிரி சோக்கான வார்த்தைகள் தான் இங்கே பல கேங்ஸ்டர் சாம்ராஜ்யங்களை தரமட்டமா ஆக்கியிருக்கு."

மாணிக்கத்தின் முகத்தில் இருந்த கோபம் இப்போது அதிகமாகி பார்க்கவே கோரமாக இருந்தது. முட்டி போட்ட இடத்திலிருந்து டக் என்று எழுந்து கொண்ட அவர், ஓடிப்போய் பக்கத்தில் இருந்த ஒரு பேரலில் எகிறி உட்கார்ந்தார்.

ரவி அதிர்ச்சி ஆகி முழித்தான்.

பேரலில் உட்கார்ந்து கொண்டே, பேரலில் பலமாக டிரம்ஸ் வாசிக்க ஆரம்பித்தார் மாணிக்கம். அதை அடிக்கும் வேகம், கொஞ்சம் கொஞ்-சமாக அதிகம் ஆகி, அவருக்கு கோபமும் தலைக்கேற ஆரம்பித்தது.

ரவி இன்னும் அதிர்ச்சியில், என்ன செய்வது என்று புரியாமல் முழித்துக் கொண்டு நின்றான்.

ட்ரம்சின் வேகத்தை திடிரென்று குறைத்த மாணிக்கம்.

"ஒரு ஊர்ல, சரோஜா சரோஜா ன்னு ஒருத்தி இருந்தாளாம்."

என்று சொல்லிவிட்டு இப்போது சத்தமாக சிரிக்க ஆரம்பித்து, மீண்-டும் வேகமாக டிரம்ஸ் அடிக்க ஆரம்பித்தார்.

சோகம், கோபம் கலந்து ரவியின் உடம்பு திடிரென்று நடுங்க ஆரம்-பித்தது.

மாணிக்கம் "நம்பிக்கை'ன்ற வார்த்தையில நம்பிக்கை இல்லாத ஒரு சில்ற பயல் கிட்ட, இந்த சரோஜா டிரைவரை இஸ்துக்குனு ஓடிட்-டான்னு கதை கட்டி விடுறது அவ்ளோ ஒரு சப்ப மேட்டரா இருந்துச்-சாம்,"

மீண்டும் சத்தமாக சிரித்து விட்டு, மாணிக்கம் இன்னும் பலமாக டிரம்ஸ் அடிக்க ஆரம்பித்தார். ரவியின் உடம்பு மேலும் நடுங்க ஆரம்-பித்து, கண்கள் சிவக்க ஆரம்பித்தன.

மாணிக்கம் "பாவம் சரோஜா! அவளோட பையனை, ஆங்.....இந்த சில்லறை பயலுக்கும் அவளுக்கும் பொறந்த அந்த பையனை, தனியா வளர்க்க எவ்வளவு கஷ்டப்பட்டானு இவனுக்கு எப்படி தெரியும்?"

ரவியின் கண்களில் திடிரென்று கண்ணீரும் ஆர்வமும் தெரிந்தது. அவன் முகத்தில் திடிரென தெரிந்த சந்தோஷத்தை மறைக்க முயற்சி பண்ணான்.

ரவிக்கு இப்ப வேற யார் கூடவோ கல்யாணம் ஆகி இருந்தாலும், அவனுக்குன்னு ஒரு வாரிசு இன்னும் இல்ல. எவ்வளவோ நடந்திருந்-தாலும், சரோஜா இன்னமும் அவன் அழ் மனசுல வலியை கொடுத்-துட்டு தான் இருந்தா.

ஓடிப்போய் மாணிக்கத்துக்கு முன்னாடி மண்டி போட்டு உட்கார்ந்-தான் ரவி.

"ப்ளீஸ் குருஜி. அவங்க ரெண்டு பேரும் எங்க இருக்காங்கன்னு சொல்லுங்க. ப்ளீஸ். பார்ட்டிகளை நேரா இங்கேயே வர சொல்றேன். நீங்களே டைரக்டா வைரத்தோட டிலிங் முடிச்சுக்குங்க."

"ஆண்டவரே. பாத்திங்களா அதிசயத்தை. ரவி சார் திடிர்னு சால்'லா பிசினஸ் பண்ண நினைக்கிறாரு. ஆனா பாரு ரவி. சாவறதுக்கு முன்னாடி சரோஜா என்கிட்ட ஒரு சத்தியம் வாங்கி இருக்காளே. அத நான் மீற முடியாதே"

என்ன சத்தியம் என்பது போல ஆர்வமாக பார்த்தான் ரவி.

"'எந்த சென்மத்திலையும் பையன ரவி கண்ல காட்டாதீங்க. சந்தே-கப்பட்டு அவனையும் ஒரு நாள் கொன்றுவான் ராட்சசன்' ன்னு சொல்-லிட்டு கண்ண மூடுனாபா சரோஜா"

அவர் சொன்னதைக் கேட்டு கடுப்பான ரவி எகிறி அவரை பேரல்ல இருந்து கீழே தள்ளிவிட்டான். மேல எழுந்துக்க விடாம, அவர் நெஞ்-சில் ஏறி ஒக்காந்து, ரெண்டு காலுலையும் அவரோட கைகளை நசுக்-கிக்கிட்டே, கழுத்த நெருக்க ஆரம்பிச்சான். அவன் கிட்ட தெரிஞ்ச வெறி, மாணிக்கத்து மேல இருந்த கோபத்தை விட, சரோஜா தன்னை பத்தி கடைசியா சொன்னத கேட்டு, தான் மேலேயே அவனுக்கு வந்த அதீத கோவத்தோட ரியாக்சன் மாதிரி தான் தெரிஞ்சது.

திரும்ப போராட முடியாம மாட்டிட்டு இருந்த மாணிக்கம், சாகப் போறோம்னு தெரிஞ்சும், குரூரமான ஒரு சிரிப்போட தான் ரவிய பாத்-துட்டு இருந்தாரு.

அத பாத்து ரவி, கழுத்த நெரிக்கிறத நிறுத்திட்டு டப்புன்னு அவர் மேல இருந்து எழுந்துக்கிட்டான்.

கைய நீட்டின மாணிக்கத்த, புடிச்சு தூக்கி விட்டான்.

எழுந்த அவரோட நடை உடை பாவனை, எல்லாத்திலையும் ஒரு பயங்கர ஆளுமை தெரிஞ்சது, ராஜாவோட கம்பீரத்தோட சேர்ல உக்காந்துட்டு, ரவிய ஏளனமா பார்த்தாரு அவரு.

"சோ. சரோஜாவுக்கு நான் பண்ண சத்தியத்தை மீறி உன் பையன் எங்க இருக்கான்னு உன்ட சொல்லணும். அதானே?"

பதில் சொல்லாமல் அவரை வெறுப்பாகவும், கோபமாகவும் பார்த்தான் ரவி. அடுத்து அவர் என்ன சொல்ல போறார்னு ஒரு மாதிரி கெஸ் பண்ணிட்டா மாதிரி தெரிஞ்சுது.

"சத்தியத்தை ரூட் விடுறதுக்கு, வைரம் இல்லாம எனக்கு வேற என்ன பெஷலா டில் வச்சிருக்க நீ?"

"எந்த ஏரியா வேணும்னு சொல்லுங்க?" ன்னு இஷ்டமே இல்லாமல் கேட்டான் ரவி.

"இந்த வயசுக்கு மேல, மத்தவங்களோட மியூசிக் சேர் விளையாடி ஒரு ஏரியாவை காப்பாத்திக்கறது எல்லாம் ரொம்ப கஷ்டம் பா. "

ன்னு சொல்ல வந்தத முடிக்காம, கொஞ்ச நேரம் அமைதியா ரவிய உத்து பார்த்தாரு மாணிக்கம்.

"நீ பேசாம, 15 வருஷத்துக்கு முன்னாடி நான் என்ன வச்சிருந்தேனோ அது எல்லாத்தையும் உன்ட அப்படியே திருப்பி குடுத்துட்டு, உன் புள்ளையோட வேற ஊர்ல போய் ஏன் வேற பொழப்பு தேடக்கூடாது?"

ரவிக்கு கோபம் தலைக்கு ஏறியது. ஒன்னும் பண்ண முடியாமல், பக்கத்தில் இருந்த பெஞ்சை குத்தி உடைச்சான். பக்கத்திலிருந்து சேரை தூணில் ஓங்கி அறைஞ்சான்.

'என்ன குடுத்தாலும், பையன நம்ம கிட்ட திருப்பிக் கொடுக்க போறது இல்ல பெருசு. சப்போட்டா ஆல் பலம் அவ்வளவு இல்லாத ஆளு!! பையனை எங்க மறைச்சு வெச்சிருப்பாரு? யோசி ரவி. யோசி.' ன்னு தனக்குள்ளேயே பேசிக்கிட்டான்.

"என்னப்பா தம்பி!! டிலா, நோ டிலா?" ன்னு மாணிக்கம் நெக்கலா கேட்டுட்டு சத்தமா சிரிக்க ஆரம்பிக்க, திடீர்னு அந்த சுரங்க பைப் மாதிரி இருந்த வழியில இருந்து, ஒரு பெரிய பேரல் வந்து இந்த பக்கம் விழுந்துச்சு.

பேரலோட அடியில 'எக்ஸ்' ன்னு போட்டிருக்கறத பார்த்து அதிர்ச்சி கலந்த டென்ஷன் தெரிஞ்சது மாணிக்கத்து கிட்ட,

அந்த பேரலுக்கு உள்ள இருந்து யாரோ தட்டுற சத்தம் லைட்டா இப்ப கேட்டது.

ரவி அந்த பேரலையும், மாணிக்கத்தோட ரியாக்ஷனையும் மாத்தி மாத்தி பார்த்தான். டக்குனு ஜம்ப் பண்ணி மாணிக்கத்தோட சேர் தாண்டி குதிச்சு, அந்த பேரலை நோக்கி ஓடுனான்,

பின்னாடி துரத்திட்டு ஓடுன மாணிக்கம், தாவி அவனோட ரெண்டு காலையும் பிடிச்சு கீழ விழ வச்சாரு. சமாளிச்சு எழுந்த ரவி, கோட்டு பாக்கெட்ல தன்னோட கஃன்னை தேடுனான். கிடைக்கலைன்ன உடனே பக்கத்துல இருந்த வேற ஒரு மரச் சேரை எடுத்து மாணிக்கத்தோட தலையிலேயே அடிச்சான். அவர் தன்னோட கால புடிச்சிருக்குற கைய விடுற வரைக்கும், தொடர்ந்து அடிச்சிட்டே இருந்தான்.

காலை விட்டுட்டு, மயங்கி சரிஞ்சாரு மாணிக்கம்!!

ஆர்வத்தோட பேரலை நோக்கி ஓடுனான் ரவி.

மூச்சு விடுறதுக்கு ஓட்ட இருந்துச்சே தவிர, ரெண்டு பக்கமும் சீல் ஆயிருந்துச்சு அந்த பேரல். சுத்தியும் தேடி அந்த மரம் அறுக்குற பெரிய ரம்பத்தையும், கோடாலியையும் எடுத்துக்கிட்டு வந்து உட்கார்ந்தான் ரவி.

அரை மணி நேர போராட்டத்திற்கு அப்புறம், கையும் வாயும் கட்டப்பட்ட அந்த 15 வயசு பையனை வெளியே எடுத்தான் ரவி.

தூரமாக விழுந்து கிடந்த மாணிக்கத்தை பயத்தோடு பார்த்த அந்தப் பையன், திடிரென தன்னை கட்டி பிடிச்சிக்கிட்ட ரவியையும் வினோதமாகத் தான் பார்த்தான்.

"என்னடா பாக்குற? நான் உன் அப்பாடா." என்று சொல்லியும், அவன் அதிர்ச்சி கலந்த குழப்பத்துடன் எதுவுமே பேசல.

"தண்ணி" ன்னு மட்டும் சொன்னான்.

எல்லாம் கொடுத்து, அரை மணி நேரம் கழிச்சு, அவனை அரைவணைச்சி வெளிய கூட்டிட்டு வந்த ரவி, மாணிக்கத்துக்கு பக்கத்துல வந்து நின்னான்.

"இது என்னோட கோட்டை. அத ஆளப் போற இளவரசனை பெஃர்வெகட் டைமிங்ல கூட்டிட்டு வந்த உனக்கு எப்படி நன்றி சொல்றதுன்னு தெரியல. அவன் என்ன மாதிரி ஒரு கெத்தான வாழ்க்கை வாழ போறான்னு உன்ன பாக்க விடணும்ன்னு தான் எனக்கும் ஆசை!! ஆனா அப்பப்ப வந்து காதுல ஈ மாதிரி 'கொய்ன் ....கொய்ன்.. ' னு டிஸ்டர்ப்

பண்ணிட்டே இருப்பே. அதனால தான்"

என்று தேடி கண்டுபிடித்த கஃன்னை வைத்து, மயக்கத்தில் இருக்கும் மாணிக்கத்தை, குண்டுகள் தீரும் வரை சுட்டான்.

இப்போது அந்த 15 வயது பையனின் முகத்தில் அவ்வளவாக பயம் இல்லை. கொஞ்சம் தெளிவு தெரிந்தது. இருவரும் அந்த மரக்-கடையை விட்டு வெளியே வரும்போது, அந்தப் பையனான மதன், திரும்பி மாணிக்கத்தை வருத்தத்துடன் பார்த்தான்.

"இல்ல தாத்தா. என்னால முடியாது. நீங்களும் போய்ட்டா நான் வேற என்ன பண்ணுவேன்."

மாணிக்கம் "புரிஞ்சிக்க மதன். என்னால முடியாதத, நீ செய்றதுக்கு தான் இவ்ளோ வருஷம் உன்ன பொறுமையா ரெடி பண்ணிருக்கேன். ரவியை சாய்க்க இது ஒண்ணுதான் வழி. சரியான டைமும் கூட."

மதன் கண்களில் கண்ணீருடன் வேறு பக்கம் திரும்பிக் கொண்டான். அங்கு அவர்களின் குடும்ப படம் இருக்க, அதை கட்டிப்பிடித்து சத்தமாக அழ ஆரம்பித்தான் மதன்.

மாணிக்கம் "என் வயசுக்கும், சக்திக்கும் இன்னும் எவ்வளவு நாள் தாக்கு பிடிக்க முடியும்னு தெரியலை. நான் ஒரு ஆளா இருக்கும்போதே, அவனோட குரூப்ல உன்னை சொருகிறனும்னு பார்க்கிறேன். அப்பதான் நீ அவன பத்தி தெரிஞ்சுகிட்டு, அவனோட சாம்ராஜ்யத்தை வேரிலிருந்து புடுங்கி அழிக்க முடியும்."

மாணிக்கத்தின் குரல், மதனின் மூளையில் இருந்து கொஞ்சம் கொஞ்சமாக காத்தோடு கலந்து மறைய, ரவி அவனை திடீரென்று தூக்கி பொலேரோ வண்டியின் மேல் உட்கார வைத்தான். முகம் முழுக்க பெருமிதத்துடன் சுத்தியும் பார்த்த ரவி, மேலும் உற்சாகமடைந்து மதனை கட்டிப்பிடித்தான்.

அவனுடைய முதுகுக்கு பின்னாடி, மதனின் முகத்தில் தீயாய் எரியும் கோபமும், குரூர புன்னகையும் ஒன்று சேர, ரவியை அவனும் இறுக்கமாக கட்டிப்பிடித்தான்.

3

அன்பு இல்லம்

ரியா "உன் வாழ்க்கையை நரகமாக்குறத தவிர, எனக்கு வேற என்ன வேலை?"

சாக்லேட்டை கடிச்சுக்கிட்டே, நக்கலா பேசுன அவளை எதுவும் பண்ண முடியாம, கார் டயர ஆத்திரமா எட்டி உதைச்சான் சமர்.

சமர் "உன்ன தேவையில்லாம எனக்கு கட்டி வச்சுட்டு, நிம்மதியா மேல போயிட்டான் உங்கப்பன். உன் பஞ்சாயத்தை எல்லாம், ஏன் நீயும் மேல போய் அவர்கிட்டயே கேட்டுக்கயேன்?"

ரியா "ஏன்? நீ முதல்ல கிளம்பேன்? ரெண்டு டார்ச்சரும் இல்லாத உலகத்துல என்ஜாய் பண்ணிட்டு, நான் பொறுமையா வரேன்."

மறுபடியும் எரிச்சல் அதிகமாக, அந்த மலைச்சரிவில, இலக்கே தெரியாம இறங்க ஆரம்பிச்சான் சமர். உடைஞ்ச மர கிளைகள், சரு-குகள்'ன்னு கீழ கடந்த எல்லாத்தையும் எட்டி உதைச்சுக்கிட்டே போன-வன், மேல நடக்க வழி இல்லாம லாக் ஆனப்புறம், அப்படியே காஞ்ச சருகுகளுக்கு நடுவுல உட்கார்ந்தான்.

காஞ்ச சருகுகளை பொடியாக்கி, காத்துல ஊதிக்கிட்டே, தனக்குள்ள புலம்ப ஆரம்பிச்சான்.

எல்லாம் இந்த ஜோசியக்காரனால வந்தது. எங்க போறோம்னு சொல்லாம, ரியாவை சர்ப்ரைஸ் வெக்கேஷன்க்கு கூட்டிட்டு போனா, எங்களுக்குள்ள அன்யோன்யம் வரும்னு சொன்னத நம்பி கிளம்புனது தப்பா போச்சு.

அட்லீஸ்ட் புடிக்கலனா, வரலைனாவது சொல்லி இருக்கணும் இவ!! எதுக்கு பொட்டில எல்லாத்தையும் எடுத்துக்கிட்டு, அழகா டிரஸ் பண்-ணிக்கிட்டு, ஜோசியர் சொன்னத உண்மைன்னு என்ன நம்ப வைக்க-ணும்?

பாதி வழியில பசிக்குதுன்னு அந்த தாபா கடைக்கு கூட்டிட்டு போனவ, சம்பந்தமே இல்லாதவங்க கிட்ட வேணும்னே சண்டை இழுத்து, கைகலப்பாக்கி, இப்ப நெனச்ச இடத்துக்கும் போக முடியாம, நடு ரோட்டில நிக்க வச்சு!! சஃம்பா!! முடியலடா சாமி!!

புலம்பித் தீர்த்து, எவ்ளோ நேரம் ஆச்சுன்னே தெரியல.

அவள தனியா விட்டுட்டு வந்துட்டோமேன்ற பதட்டமான எண்ணம் திடீர்னு ஞாபகம் வர, பரபரப்பா மேல ஏற ஆரம்பிச்சான் சமர்.

மேல ஏறி வந்து பாத்தா, ஒக்காந்து இருந்த இடத்திலேயும் அவளைக் காணோம். காருக்குள்ளேயும் இல்ல. என்னடான்னு பயப்புட ஆரம்பிக்கிறதுக்குள்ள, காருக்கு பின்னாடி அவளோட குரல் கேட்டுச்சு!!

சமர்'ர பார்த்த உடனே ரியா ஷாக் ஆயிட்டா. ஏதோ திருட்டு வேலை பண்ணிட்டு சமாளிக்கிற மாதிரி தெரிஞ்சுச்சு.

அவளே ஆரம்பிக்கட்டும்னு, காரோட சைடுல சாஞ்சி நின்னுட்டு, அவள அமைதியா பார்த்தான் சமர்.

அவகிட்ட திரும்பவும் அதே செயற்கையான உணர்ச்சி பொங்கற புன்னகை! வெளி உலகத்துக்கு காமிக்கிற பாச மழை!!

எரிச்சல் கலந்த பெருமூச்சோட, சமர் பேச்சை ஆரம்பிச்சான்.

"அடுத்து என்ன வில்லங்கம் ரெடி பண்ணிருக்கீங்க மேடம்?"

ரியா "ஏம்பா என்ன எப்பவுமே தப்பாவே நினைக்கிறே? ரொம்ப லேட் ஆயிடுச்சேன்னு பக்கத்துல தங்கறதுக்கு ஏற்பாடு பண்ணி இருக்கேன். இந்த பொண்ணுதான் அந்த இடத்தை பார்த்துக்குது"

இப்போ தான் பக்கத்துல நின்னுட்டு இருந்த அந்த பொண்ணை கவனிச்சான் சமர்.

பயம், தயக்கம், குழப்பம்'னு ஒரு நிமிஷத்துக்குள்ள முகத்துல அவ்ளோ ரியாக்ஷன்ஸ். பாவாடை தாவணி, ஆனா அந்த டிரஸ்க்கு செட் ஆகாத ஒரு மாடர்ன் ஹேண்ட் பேக். கொஞ்சமா முகத்துல மேக்-கப்.

ரியா "என்ன யோசனை? போலாமா? எனக்கு லைட்டா குளிர ஆரம்பிக்குது?"

அவ குளிர ஆரம்பிக்குதுனு சொன்ன உடனே, சமருக்கு ஹனிமூன் போன பழைய ஞாபகங்கள் எல்லாம் பிரெஷ்ஷா ஞாபகம் வந்தது. இப்ப மட்டும் என்ன? குளிருக்காக அவ பண்ற ரியாக்ஷனும், அந்த ஸ்லீவ்-லெஸ் ரெட் ஸ்கர்ட்டும், சமர்'ரை என்னமோ பண்ணுது தான்.

'ஆனா அந்த ரியா இல்லையே இவ!! நம்மளோட ஜாக்கிரதை தான் நமக்கு முதல்ல முக்கியம்!! பாத்து சமர், கேர்ஃபுல்லா இருந்துக்கன்னு' மனசுக்குள்ள யோசிச்சுகிட்டு அவளைப் பார்த்து கேட்டான்.

"அதெல்லாம் ஓகே. நான் வந்த உடனே, எதுக்கு அந்த பொண்-ணோட பேசறது நிறுத்திட்டு, திருட்டு முழி முழிச்ச?"

ரியா "டிரைவர் வர்ற வரைக்கும் ஏதோ கதை பேசிட்டு இருந்தோம். இப்பதான் வந்துட்டியே. காரை எடு"

அந்த பொண்ணு முன்னாடி நோஸ்கட் பண்ணிட்டு, திமிரா பின்னாடி சீட்ல போய் உட்கார்ந்த அவளை பார்த்து திரும்ப கோபம் நெருப்பு மாதிரி பொங்குச்சு அவனுக்கு.

இவகிட்ட பேச்சே வச்சிக்க கூடாது. அவளே பேசினாலும் பதில் சொல்ல கூடாதுன்னு முடிவு பண்ணிக்கிட்டு, காரை ஸ்டார்ட் பண்-ணான்.

கொஞ்ச தூரம் போனதும், "உன் பெயர் என்னம்மா?" ன்னு அந்தப் பொண்ணு கிட்ட கேட்டான்.

"கங்கா" ன்னு ரியா கிட்ட இருந்து பதில் வந்தது.

"எவ்வளவு பெருசு மா உங்க ஹோட்டல்? இப்ப வேற யாராவது தங்கி இருக்காங்களா?"

"வேற யாரும் இல்ல" திரும்பவும் ரியாவின் குரல்லேயே பதில் வந்-தது.

கடுப்பாய் பின்னாடி திரும்பி பார்த்தான் சமர்.

அதே ஒண்ணும் தெரியாத ரியாக்ஷன குடுத்தா ரியா!!

அந்தப் பொண்ணு ஏதோ பயந்த போஸ்லயே இருந்துச்சு. அந்த பொண்ணு கிட்டயும் எதுவும் கேட்கிறது இல்லைன்னு முடிவோட காரை ஓட்ட ஆரம்பிச்சான்.

அப்புறம்தான், போற இடம் எங்கனே தெரியாது' ன்ற ஞாபகமே அவனுக்கு வந்துச்சு.

சே!! எந்த அளவுக்கு நம்மள மைண்ட் டார்ச்சர் பண்ணி வச்சிருக்கா இவ!!

"உங்க ஹோட்டல் பெயர் என்னம்மா?

"அன்பு இல்லம் சார்?" மறுபடியும் ரியா.

அந்த சார்'ல இருந்த அழுத்தமும், நக்கலும், பின்சீட்டு நோக்கி திரும்பிப் பார்த்து அவன கத்த வச்சது.

"ஏன் அந்த பொண்ணுக்கு பேச தெரியாதா? ஏன் அவ கிட்ட கேக்-குற கேள்விக்கு எல்லாம் நீ அவளுக்கு வாய்ஸ் ஓவர் கொடுக்கிற?"

ரியா "வாட் த *****? சும்மா இருக்க முடியலன்னு, காரணத்தை தேடி தேடி என்னை கத்துறியா நீ?"

திரும்ப ரோட்டை பார்த்து கார் ஓட்ட ஆரம்பிச்சப்புறமும் அவனுக்கு கோபம் அடங்கவே இல்லை. பண்றத எல்லாம் பண்ணிட்டு, கடைசில எல்லாத்துக்கும் நான்தான் காரணம்னு எப்படி திருப்புறா சண்டாளி?

கூகுள் மேப்ஸ்ல இடத்தை கண்டுபிடிச்சு, ரூட் போட்டுக்கிட்டு அமைதியா வண்டி ஓட்ட ஆரம்பிச்சான்.

ஓட்டிக்கிட்டே தற்செயலா பாத்தா, "அன்பு இல்லம்"ன்னு சொல்ற அந்த இடத்துக்கு, நிறைய போட்டோ ரிவ்யூஸ்ம் இருந்துச்சு. ஆர்வத்-தோட ஒவ்வொரு போட்டோவா கிளிக் பண்ண ஆரம்பிச்சான்.

ம்ஹும்! ஒன்னு கூட லோட் ஆகல. கடைசியா தெரிஞ்ச ஒரு வீடி-யோவை கிளிக் பண்ணா, அதுவும் லோட் ஆகாம, 5ஜி நெட்வொர்க் கொடுக்கிற அந்த கம்பெனியை மனசுக்குள்ள திட்டி முடிக்கிறதுக்குள்ள, அன்பு இல்லம் வந்துருச்சு.

கண்ணுக்கு எட்டின வரைக்கும் வேற வெளிச்சமே தென்படாத அந்த காம்பவுண்டுக்குள்ள கார் நுழையும்போது கொஞ்சம் பயமா தான் இருந்-தது.

ஆனா அந்த இருட்டுலையும், அந்த வீட்டோட பிரம்மாண்டம் கொஞ்சம் பிரம்மிக்க தான் வச்சது.

தாராளமா அஞ்சு ஆறு குடும்பங்கள் தங்கக்கூடிய அளவுக்கு பெருசா தான் இருந்தது அந்த வீடு. ஜன்னல், கதவுன்னு பொதுவான விஷயங்கள கண்ணாடியில செய்றது தாண்டி, கண்ணாடிய ரொம்ப வித்-தியாசமான இடங்கள்'ல பதிச்சு வைச்சு கட்டி இருந்தது அந்த வீடு.

வாசல்ல ஒரு பிரகாசமான லைட் இருந்ததே தவிர, அந்த வெவ்-வேறு இடங்கள்'ல பதிக்கப்பட்ட கண்ணாடிகள்ல நிலாவோட வெளிச்சம் தத்தி தாவி, ஒரு ஓவியமா கண்ணு முன்னாடி நிக்கிறது, பாக்குறதுக்கே அழகாவும் பிரமிப்பாவும் இருந்துச்சு.

திரும்பிப் பார்த்தா, ரியாவும் வாய பொளந்து பாத்துகிட்டு தான் இருந்தா.

உள்ள நுழைஞ்ச உடனே, கீழ இருந்த பாத்ரூமுக்குள்ள குளிக்கப் போனான் சமர்.

கங்காவை தரதரன்னு இழுத்துகிட்டு, மாடியில் ரகசியமா கூட்டிட்டு போய் கேட்டா ரியா.

"என்ன? சொன்னது எல்லாம் ஞாபகம் இருக்கா? கரெக்டா பண்-ணிடுவ இல்ல?"

எச்சில் முழுங்கிட்டு அமைதியா தலை குனிஞ்சா கங்கா.

"ஏய். என்ன ஆச்சு? அங்க தலைய மாடு மாதிரி ஆட்டிட்டு, இங்கு வந்து அமைதியா இருக்கிற?"

"இல்லம்மா. உங்களையே எனக்கு இப்பதான் தெரியும். நீங்க சொல்றத எல்லாம் நம்பி" னு தயக்கமா இழுத்துட்டு "நாளைக்கு நீங்க ரெண்டு பேரும் திரும்ப ஒன்னு சேர்ந்துட்டா, என் நிலைமை?" ன்னு அழ தயாரானாள்.

அவளோட கையை இறுக்கமா புடிச்சுக்கிட்ட ரியா,

"அப்படி எல்லாம் ஒரு விஷயம் நடக்கவே நடக்காது. கார்ல எப்படி அடிச்சுக்கிட்டோம் பாத்தல்ல!"

இன்னமும் குழப்பத்தோடு இருந்த அவளை, பக்கத்துல இருந்த ரூம்ம திறக்க வைச்சு உள்ள போய் கதவை சாத்திக்கிட்டா ரியா.

"எவ்ளோ நாளைக்கு தான், இந்த வீட்டில ஒரு சம்பளத்துக்கு வேலை செய்யுற பொண்ணா, தனியா சமாளிக்க முடியும்னு நினைக்-கிறே? வந்து தங்கறவுங்க கொடுக்கிற பிரச்சினையை பத்தி தான் என்-கிட்ட சொல்லி அவ்வளவு புலம்புன? உடம்புக்கு முடியாம, ஹாஸ்-பிடலுக்கும் வீட்டுக்கும் நடுவுல அல்லாட்ற உங்க தாத்தா எவ்வளவு நாளைக்கு உனக்கு பாதுகாப்பா இருப்பாரு?"

கொஞ்சம் கவனமாக கேட்க ஆரம்பித்தாள் கங்கா.

"நம்ப நெனச்சது மட்டும் நடந்துட்டா, நாளைக்கு காலையிலேயே பக்கத்துல இருக்கிற ஹாஸ்பிடலுக்கு போய், செமன் டெஸ்ட் எடுத்து சமர் தப்பு பண்ணி இருக்கான்னு ஈசியா ப்ரூவ் பண்ணிடலாம். எனக்கும் டைவர்ஸுக்கு ஈசியான ஒரு காரணம் கிடைக்கும். உனக்கும் அவன் கூட சந்தோஷமான ஒரு வாழ்க்கை கிடைக்கும்"

ஒரு மாதிரியான தீர்மானத்துடன் தலையை ஆட்டினாள் கங்கா,

அவளை மேலும் சமாதானப்படுத்தி, குளிச்சு பிரஷ்ஷோக இன்னொரு ரூமுக்குள் அனுப்பினாள் ரியா. அவ போன கையோட, அவளுக்கே தெரியாம அவ போன பெட்ரூம் கிளாக்ல ரகசிய கேமராவை வச்சுட்டு, அவசர அவசரமா மொட்டை மாடியில் வந்து நின்னுகிட்டா.

இந்தப் பக்க ரூம்ல இருந்து குளிச்சிட்டு, ஷார்ட்ஸ் டி-ஷர்ட்ல வந்-தான் சம்மர். அவனைப் பார்த்ததும் மேல் மாடியில் இருந்த தூணுக்கு பின்னாடி மறைஞ்சுக்கிட்டா ரியா.

ஹால்ல இருந்த ஃபேன் சுவிட்ச்ச போட்டுட்டு, அங்க இருந்த ஆப்-பிள எடுத்து கடிச்சுக்கிட்டே சோபால உக்காந்தான் சமர்.

கொஞ்ச நேரம் கழிச்சும் அனலாவே இருக்க, திரும்பி ஃபேன் பாத்-தான் சமர். இவ்வளவு நேரமும் ஃபேன் சுத்தவே இல்ல. பழைய காலத்து ரெகுலேட்டர அப்படி இப்படி திரும்பி பார்த்தான். ஒன்னும் நடக்கல.

"கங்கா" னு குரல் குடுத்துட்டே சுத்தியும் பார்த்தான்.

தற்செயலா அவனோட பார்வை ஹால்ல இருந்து பெரிய கடிகாரம் மேல விழுந்துச்சு.

அதுல மணி ஒன்பது'ன்னு காட்டுச்சு.

"உள்ள வரும்போது, இதுல பத்து மணி காட்டல?!!" ன்னு அவனுக்கு ஞாபகம் வந்துச்சு.

ஓடாத கடிகாரமா இருந்தாலுமே, அதே பத்து மணி தானே காட்ட-னும்? இது எப்படி ரிவர்ஸ்ல?!

கரெக்டான டைம் என்னன்னு ஓடிப் போய் போன எடுத்துப் பார்த்-தான். கடைசியா "அன்பு இல்லம்" வீடியோவை கிளிக் பண்ணி, போன் ஹேங் ஆகி இருந்துச்சு. ரீஸ்டார்ட் பண்ணி திரும்பவும் டேபிள்லயே வெச்சான்,

யோசனையோட "கங்கா. எங்கம்மா இருக்கிற?" ன்னு அவளை சுத்-தியும் தேடிக்கிட்டே, மாடிப்படில ஏற ஆரம்பிச்சான் சமர்.

பதட்டமாகி, வேற ஒரு தூணுக்கு பின்னாடி போய் மறைஞ்சுகிட்டா ரியா.

ஹால்ல இருந்த அந்த பெரிய ஃபேன் இப்ப சத்தத்தோட சுத்த ஆரம்பிச்சது.

கொஞ்சம் பயத்தோட திரும்பிப் பார்த்தான் சமர்.

ஃபேன் ஓட சுவிட்ச் போர்டை, பக்கத்துல போய் பாத்தான்.

ஏதோ யோசனையோட, டைனிங் டேபிளுக்கு மேல இருக்கிற வேற ஃபேன் போட்டு, ரெகுலேட்டர்ல அஞ்சாம் நம்பர்ர அழுத்தி பிரஸ் பண்ணி பார்த்தான்.

போர்டுல இருந்து கையை எடுத்து, கொஞ்ச நேரம் கழிச்சு அந்த ஃபேனும் சுத்த ஆரம்பிச்சது. நிம்மதி பெருமூச்சு விட்டான் சமர், எல்லா போர்டுளையும் ரெகுலேட்டர் ப்ராப்ளம் போல.

கடிகாரத்துக்கு பக்கத்துல இருந்த சுவத்துல, ஒரு பொண்ணோட நிழல் திடீர்னு தெரிஞ்சது. கங்காவா இருக்கணும்னு திரும்பி பார்த்தா, பின்னாடி யாருமே இல்ல.

ஆனா சுவத்துல மட்டும் அந்த நிழல் தொடர்ந்து நடந்து போய்கிட்டு இருந்துச்சு.

சமருக்கு உடம்பெல்லாம் வேர்க்க ஆரம்பிச்சது.

சுவத்த தாண்டி கண்ணாடி கதவுக்கு வந்த உடனே, கண்ணாடில அதே நிழல் ஒரு வயசானவரா மாறி தள்ளாடி நடக்க ஆரம்பிச்சது. கண்ணாடிக்கு மேல இருந்த சுவத்துல, என்னமோ அந்த பொண்ணோட நிழல் முகம் தான் தெரிஞ்சது.

சத்தமா அலறின சமர், ஒவ்வொரு ரூம் கதவா தட்டி உதவிக்கு யாரையோ கூப்பிட்டுக்கிட்டே போனான். ஆனா எந்த ரூமோட கதவையும் திறக்க முடியல.

உச்சகட்ட அதிர்ச்சியோட எல்லா பக்கமும் ஓடி, கீழ கிடந்த மேட்டுல தடுக்கி, சோபால போய் தொம்முனு விழுந்தான் சமர்.

இது எதுவுமே தெரியாம, கங்காவோட ரூம் வாசல் மட்டும் பாக்குற மாதிரியான ஒரு தூணுக்கு பின்னாடி மறைஞ்சு, 'குளிக்கப் போனவள ஏன் இவ்வளவு நேரமா காணோம்'னு கவலைப்பட்டுட்டே நின்னுட்டு இருந்தா ரியா.

கடைசியா சமர் அலறுன குரல் கேட்டு அவளும் அதிர்ச்சியாகி, மறைஞ்சு இருந்த இடத்துல இருந்து வெளியே வந்து எட்டிப் பார்த்தா.

அவளுக்கு இன்னும் அதிர்ச்சி கொடுக்கிற மாதிரி, குளிச்சு முடிச்ச கங்கா ஏற்கனவே ஹால் சோபால மெல்லிசான ஒரு நைட்டியை போட்டுட்டு உக்காந்துட்டு இருந்தா.

எங்கிருந்தோ ஓடிவந்த சமர், கரெக்டா சோபால உக்காந்துட்டு இருந்த கங்காவோட மடியில போய் விழுந்தான்.

செட் பண்ணி வச்ச கேமரா ரூமுக்குள்ள மாட்டிக்கிட்டதால, அவசர அவசரமா ரியா தன்னோட செல்போனை ஸ்டாண்டுல செட் பண்ணி, நடக்கிற எல்லாத்தையும் ரெக்கார்ட் பண்ண ஆரம்பிச்சா.

மடியில விழுந்த சமரோட தலைய மென்மையா வருடி கொடுக்க ஆரம்பிச்ச கங்கா. பொறுமையா அவனோட டிசர்ட் பட்டன்களை கழட்டி, அவளுடைய அங்கங்கள் சமரின் முகத்தில் லேசாக உரச, மென்மையாக அவனுடைய டி-ஷர்டிற்குள் தன்னுடைய ஆக்சிஜன் காற்றை நிரப்பி, அவனது நெஞ்ச முடி கற்றைகளை சிலிர்க்க வைத்-தாள்.

சமருக்கும் இப்பொது ஈடுபாடு வந்து, கங்காவை மேலும் தன் பக்கம் இழுத்து, காதில் முதல் முத்தத்தை பதித்தான்.

யோசிச்ச விஷயங்கள் எல்லாம் கரெக்டாக நடந்துக்கிட்டு இருந்தா-லும், ரியாவுக்கு ஏனோ திடிரென்று மனசு பாரமானது. 'சமர் தனக்கு இனிமேல் இல்லை' என்ற உண்மை அவளை கோரமாக அறைந்தது.

"அப்பாவோட பேச்சை கேட்டுட்டு, என்னோட லைஃப் ஸ்டைல தடை போட ஆரம்பிச்சான்ல இந்த சமர் பக்கி!! அப்படிப்பட்ட ஒருத்தன் எனக்கு வேண்டாம்! வேண்டவே வேண்டாம். இவன் போனா என்ன? இவன் என்ன உலகத்திலேயே இல்லாத பெரிய ஆணழகனா?"

என்று தனக்குத்தானே சமாதானம் பண்ணிக்கொண்டு, தொடர்ந்து கவனிக்க ஆரம்பித்தாள் ரியா.

இப்போது கங்கா சோபாவில் படுத்திருக்க, மேலே பரவி இருந்தான் சமர். அவளுடைய கழுத்தில் இருந்து முத்தமிட ஆரம்பித்து, கொஞ்சம் கொஞ்சமாக கீழே இறங்கினான் சமர்.

ஏனோ பார்த்துக் கொண்டிருந்த ரியாவின் கண்களில் கண்ணீர். அதைத் துடைத்துக் கொண்டே, போன் கேமராவை நோக்கி போய், எல்-லாம் சரியா ரெக்கார்ட் ஆயிட்டு இருக்கா என்று பார்த்துக் கொண்-டாள்.

திரும்ப வந்தபோது, சமர் அவளுள் கலக்க ஆரம்பித்திருந்தான்.

அப்படிப்பட்ட ஒரு உச்சகட்ட உணர்ச்சி நிலையில், கங்கா திடி-ரென்று தலைய திருப்பி, எக்கி மாடியில் இருந்த ரியாவை வெறித்துப் பார்த்தாள்.

அதிர்ச்சியாகி, போன் கேமராவிற்குள் போய் எட்டிப் பார்த்தாள் ரியா. கங்காவின் வெறித்த கண்கள், ரியா போன இடம் எல்லாம்

அவளை துரத்தின.

'கடைசி நேரத்துல இந்த லூசு ஏன் இப்படி பண்றா'ன்னு, திரும்ப சொல்லி எவ்வளவோ சிக்னல் பண்ணாள் ரியா.

ம்ஹூம்...சமர் மேலும் ஆக்கிரமித்து முன்னேற ஆரம்பிக்க, கங்காவின் வெறித்த பார்வை மட்டும் ரியாவை, போன இடம் எல்லாம் துரத்தி கொண்டே இருந்தது.

போன் கேமராவை அப்படியே தொடர்ந்து ரெக்கார்ட் செய்ய விட்டு விட்டு, கங்காவின் பார்வையை எதிர்கொள்ள முடியாமல், பாத்ரூம்குள் போய் ஒளிந்து கொண்டாள் ரியா.

<u>அடுத்த நாள் காலை</u>

சூரிய ஒளி கண்ணுல கூச, கண்ணு முழிச்சான் சமர். சூரிய ஒளி, கூரையில இருந்த கண்ணாடி மேலயும், சைடுல இருந்த கண்ணாடி கதவுகள் மேலயும் பட்டு, வீட்டுக்குள்ள வர்ண ஜாலம் ஏற்படுத்திட்டு இருந்துச்சு. நைட்டு நிலாவுலையும் சரி, பகல் சூரியன் கிட்டயும் சரி, சர்ப்ரைஸ் மேஜிக்க எடுத்துட்டு வர்ற இந்த வீடு, நிஜமாவே ஒரு ப்யூ-ரஸ்ட் ஃபார்ம் ஆஃப் ஆர்ட் அண்ட் சயின்ஸ் தான்.

நைட்டு நடந்த விஷயங்கள், குறிப்பா ஜன்னலில் தெரிஞ்ச நிழல்கள் எல்லாம் அவனோட ஞாபகத்துக்கு வர, 'கனவா, நிஜமா, இல்ல இல்-யூஷனா'ன்னு யோசிச்சுகிட்டு சோஃபால எழுந்து உட்கார்ந்தான் சமர்.

அந்தப் பக்கமா போன கங்கா கிட்ட,

"ஸ்ட்ராங்கா ஒரு காபி கிடைக்குமா மா?" ன்னு கேட்டான்.

"தோ. அஞ்சு நிமிஷம் சார்" னு சொல்லிட்டு கிச்சனுக்குள்ள ஓடுனா கங்கா,

அவள உள்ள போக விடாம வழி மறிச்ச ரியா,

"நேத்து நைட் என்ன கூத்து நடந்ததுன்னு எனக்கு தெரியாதுன்னு நினைச்சுட்டு இருக்கீங்களா?" னு ரெண்டு பேரையும் கைல தர தரன்னு புடிச்சு இழுத்துட்டு காருக்கு வந்தா ரியா.

கங்கா "என்ன மேடம்? என்ன சொல்றீங்க? எனக்கு ஒன்னும் புரியல?"

சமர் "ஏய் லூசு, காலைல காபி கூட குடிக்க விடாம, பாத்ரூம் போக விடாம, என்ன இது அலப்பற?"

ரெண்டு பேர் சொன்னதையும் காதுலியே வாங்கிக்காம, அவங்களை கார் ஓட பின்னாடி சீட்ல தள்ளி காரை ஸ்டார்ட் பண்ணா ரியா.

மல்டி ஸ்பெஷாலிட்டி ஹாஸ்பிடல்

ரியா "என்ன சொல்றீங்க டாக்டர்? கங்கா இன்னும் வர்ஜினா தான் இருக்காளா?"

டாக்டர் இப்போது வினோதமாக ரியாவையும், பின்பு சமரையும் பார்த்தார்.

"ஒரு பொண்ணு இன்னும் வர்ஜினா இருக்கான்னு சொன்னா, டெஸ்ட் குடுக்குற எல்லாரும் சந்தோஷம்தான் படுவாங்க. நீங்க ஏன் இப்படி?"

குழப்பமா, பதட்டமா யோசிக்க ஆரம்பிச்சா ரியா.

செமன் ட்ரேஸ், மினிமம் 72 அவர் இருக்கணுமே. எப்படி மிஸ் ஆச்சு?

ரியா "இவரோட செமன் சாம்பிள் எடுத்து செக் பண்ணி பாக்கறீங்-களா டாக்டர்?"

டாக்டர் "மேடம். நான் சொல்றது உங்க ரெண்டு பேருக்கும் புரியுதா இல்லையான்னே தெரியலை. அந்தப் பொண்ணு இஸ் ஸ்டில் எ வெர்-ஜின். டாட்..! பீரியட்..!"

சமர் "என்னோட செமன் எடுத்து ட்ரேஸ் பண்ணனும்னா, நீயும் நானும் தான் அந்த டெஸ்டிங் ரூமுக்குள்ள போகணும், நமக்குள்ள தான் நேத்து நைட் இன்டர்கோர்ஸ் நடந்தது. டோன்ட் யு ரிமெம்பர்?"

அவன் சொன்னதைக் கேட்டு முகம் வெளுத்து போய் அதிர்ச்சியா-னாள் ரியா,

"வாட்? நானா? ஹௌவ்? நோ வே?"

டாக்டர் "டெஸ்ட் பண்ணிப் பார்த்தா, எது உண்மைன்னு தெரிஞ்சிரப் போது! ரெண்டு பேரும் உள்ள வாங்க"

ரியா தன்னிச்சையாக எழுந்து உள்ளே போனாள். என்ன நடக்கிறது என்று அவளுக்கே ஒன்றும் புரியவில்லை.

அதே டெஸ்டிங் ரூமிற்குள் இருந்து, அழுது கொண்டு வெளியே வந்தாள் கங்கா.

அவளை ஆசுவாசப்படுத்தி உட்கார வைத்து, டீ வாங்கி கொடுத்து விட்டு தானும் உள்ளே வந்தான் சமர்,

"என்னாச்சு ரியா? நேத்து நீ தானே எல்லாத்தையும் ஆரம்பிச்ச? இப்ப பாவம் அந்த பொண்ணு வேற இதுல இழுத்து விட்டு!!"

பெட்டில் படுத்திருந்த ரியா'வுக்கு அவன் சொன்னது எதுவும் கேட்-கவில்லை.

போனை எடுத்து ரெக்கார்ட் பண்ண வீடியோவை தேடினாள். அதி-லுமே ஒன்னும் இல்லை.

கண் முன்னாடி கலங்கலாக, சம்பந்தமில்லாத ஏதேதோ நினைவுகள் அவளுக்கு வந்தது,

" நேத்து ராத்திரி காரில் சமர் "உன் பெயர் என்னம்மா?

"கங்கா" ன்னு சொன்னது மட்டும் இல்லாம, அடுத்து அவன் கேட்ட கேள்விக்கு எல்லாமே கங்கா தானே பதில் சொன்னா?

அப்புறம் ஏன் சமர் "ஏன் அந்த பொண்ணுக்கு பேச தெரியாதா? ஏன் அவ கிட்ட கேக்குற கேள்விக்கு எல்லாம் நீ அவளுக்கு வாய்ஸ் ஓவர் கொடுக்கிற?" ன்னு என்ன திரும்பிப் பார்த்து கோபப்பட்டான்?

அப்புறம் நேத்து ராத்திரி, செக்ஸ்க்கு நடுவுல என்ன கண்ணுக்குள்ள ஊடுருவி பார்த்த கங்காவோட அந்த கூர்-மையான நிலைக்கு குத்துன பார்வை!

இதுக்கெல்லாம் அர்த்தம் தான் என்ன?"

குறிஞ்சி
எக்ஸாம் நேழுக்கு வெளியில்

தன்னுடைய சாம்பில்'லை கொடுத்துவிட்டு வெளியே வந்த சமர், கேஷ-வலாக போனை எடுத்துப் பார்த்தான்.

இப்போது "அன்பு இல்லம்" போட்டோ, வீடியோ'ன்னு எல்லா ரிங்-யூவும் புல்லா லோடு ஆகி இருந்துச்சு.

சூரிய ஒளியை, வீட்டோட கண்ணாடிகள் பிரதிபலிக்கிற அந்த வர்-
ணஜால மேஜிக்கை தான் நிறைய பேர் போட்டோவும் வீடியோவும்
எடுத்திருந்தாங்க.

திடீர்னு ஒருத்தரோட ஒரு வரி ரிவ்யூ, சமர்'ர உத்து கவனிக்க வச்-
சுது,

"அன்பு இல்லம் வந்தடைந்தால், வாழ்க்கையில் திருப்பம் ஏற்படும்
என்பது எவ்வளவு மகத்தான உண்மை?"

மேலும் ஸ்க்ரால் பண்ண பண்ண, அதே மாதிரி நிறைய ரிவ்யூகள்
இருந்தன.

"உள்ள வந்த உடனே உங்களுக்கு நிறைய விஷயங்கள் வினோதமா
நடக்கலாம். ஆனா அந்த வினோதங்கள் தான் அன்பு இல்லத்தோட
குணாதிசயம். வினோதங்கள் அனைத்தும் நல்லதை நோக்கியே!!"

"நேர்மறை எண்ணங்களை விதைக்கும் விருட்ச மரம், அன்பு இல்-
லம். வாழ்க்கையில் மாற்றங்களை காண, கண்டிப்பாக தங்க வேண்டிய
இடம்."

"எனக்கு என்ன சொல்வதென்றே தெரியவில்லை. நாங்கள் இங்கே
தங்க வேண்டியது, என்றோ, எங்கேயோ, ஏற்கனவே முடிவு செய்யப்பட்ட
ஒன்று. இங்கு இருக்கும் காற்றில் கூட நல்ல எண்ணங்கள் விதைக்கப்-
பட்டு இருக்கின்றன. இங்கு வந்தால் மாற்றம் இன்றியமையாதது"

சமருக்கு உடம்பு பூரா சிலிர்க்க ஆரம்பிச்சது.

போனை அப்படியே எடுத்துக்கிட்டு, திரும்பவும் எக்ஸாம் ரூமுக்-
குள்ள போனான்.

டாக்டர் "கரெக்டான டைமுக்கு தான் வந்தீங்க. நீங்க சொன்னது
தான் கரெக்ட்டு. நேத்து நைட் உங்க ரெண்டு பேருக்கும் நடுவுல தான்
இன்டர் கோர்ஸ் நடந்து இருக்கு. இத தேவை இல்லாம டெஸ்ட் பண்ணி
கன்ஃபார்ம் பண்ணிக்கிட்டதுக்கு உண்டான பில்லை கட்டிட்டு, சீக்கிரமா
இடத்தை காலி பண்ணுங்க"

அதிர்ச்சியில் இன்னுமும் உறைந்து போயிருந்த ரியாவை கைத்தங்-
கலாக பெட்டில் இருந்து இறங்க உதவி செய்தான் சமர்.

தன்னை அறியாமல், தன்னுடைய வயிற்றை தொட்டுப் பார்த்துக்
கொண்டாள் ரியா.

"எனக்குள்ள இப்படி ஒரு பணத்தை சுத்தியே வாழுற வாழ்க்கையை கத்துக் கொடுத்தது யாரு? நீங்க தானப்பா?

"இப்ப நானே நினைச்சாலும், இதுக்குள்ள இருந்து இந்த ஜென்மத்துக்கு வெளியே வர முடியாது. அதனால தான் பா சொல்றேன். எனக்கு கல்யாணமும் வேணாம். என் மூல்யமா இந்த உலகத்துக்கு, பாசத்துக்காக ஏங்குற இன்னொரு குழந்தை உருவாகவும் வேணாம் பா."

4

ரெட் காலர் ஜாப்

வாவ். இந்த கம்பெனிக்குன்னு ஒரு தனி வாசனை இருக்கா, இல்ல அதுவும் என்னோட பிரம்மயான்னு தெரியல. ஜாக்ஸா'ல சேரனுன்றது, மிடில் கிளாஸ்'ல இருந்து வர்ற யாருக்குமே ஒரு பெரிய கனவு தான். இந்த கம்பெனியில சேர்றவங்களுக்கு மோஸ்ட்லி வெளிநாடு ட்ரிப்கள், பாஷான லைஃப் ஸ்டைல்னு வாழ்க்கையே செட்டில்டுனு கேள்விப்பட்டிருக்கேன்.

அந்த கனவை நோக்கி ட்ராவல் பண்றது அவ்ளோ ஈஸியான வேலை இல்ல. தொடர்ந்து ரெண்டு வாட்டி இன்டர்வியூல ரிஜெக்ட் ஆனப்புறம், நானும் வேற வேலைக்கு தான் போயிட்டேன்.

கடவுளோ, விதியோ, இல்ல ஜாக்ஸாக்கும் எனக்கு இருக்கிற விட்ட குறையோ தொட்ட குறையோ தெரியல, ஜாக்ஸா இருக்கிற அதே பில்டிங்ல வேற ஒரு கம்பெனியில தான் எனக்கு வேலை கிடைச்சது.

வீட்ல இருந்து எடுத்துட்டு வந்த சாப்பாட்டை சாப்பிடும் போது, அதே ஃபுட் கோர்ட்ல கம்பெனி கூப்பன்'கள்ள கொடுத்து வகை வகையா சாப்பிடுற ஜாக்ஸா மக்களை பார்த்தா பொறாமையாவும் ஏக்கமாவும் தான் இருக்கும். அது மட்டும் இல்ல. அவங்களோட டிரெஸ்ஸிங் ஸ்டைல், பசங்க பொண்ணுங்க பழகிக்கிற கல்ச்சர், ஏரியாவே கலக்குற அளவுக்கு அவங்க கொண்டாடுற பர்த்டே பார்ட்டிகள், ட்ரீட்டுகள்னு அந்த கம்பெனில சேர சொல்லி என்னோட ஆர்வத்தை தூண்டிட்டே இருந்தாங்க.

அதனாலேயே என்னவோ, வேற ஜாப் ஆஃபர் வந்தாலும் ஜாக்ஸா இருக்கிற காம்ப்ளெக்ஸ்லயே தான் வேற வேலை மாறினேன். ஒருவாட்டி ஜாக்ஸால ரிஜெக்ட்டானா அடுத்து ஆறு மாசம் கழிச்சு தான் அப்ளை பண்ண முடியும்.

கடைசியா ஆறு மாசத்துக்கு முன்னாடி அட்டென்ட் பண்ணப்போ கூட, மத்த கம்பெனி எக்ஸ்பீரியன்ஸ் எல்லாம் வெச்சு ரெண்டு ரவுண்டு தான் கிளியர் பண்ண முடிஞ்சது.

இவ்வளவு வருஷமா ஒரே புட் கோர்ட்டுல சாப்பிடுறதால, ஜாக்ஸா எம்ப்ளாயீஸ் நாலஞ்சு பேர் ஃப்ரண்ட் ஆனாங்க.

அவங்க கிட்ட பேசின பிறகு தான் மேனேஜர் ரவுண்டு கிளியர் பண்றதுக்கு கொஞ்சம் ஐடியா கிடைச்சது.

அஞ்சு வருஷம் ஏக்கத்தோட முடிவு, இன்னிக்கு ஜாக்ஸா குள்ள நான்!! அந்த பிரம்மாண்ட சாம்ராஜ்யத்துள்ள, அவங்கள்ல ஒருத்தனா நான்!!

யோசிக்கவே பிரமிப்பா இருந்துச்சு!!

எங்க பேட்சில மொத்தம் பத்து பேர். இன்ட்ரொடக்ஷன்ஸ், பேப்பர் வொர்க், இண்டக்ஷன்னு முதல் நாள் ரொம்ப ஜாலியா தான் போச்சு. குறிப்பா இண்டக்ஷன்ல அவங்க சொன்ன எம்ப்லாயி பெனிபிட்ஸ் கேட்டு மலைச்சி போயிட்டேன். மேனேஜர் லெவல் ப்ரோமோட் ஆனா, கம்-பெனியோட ஷேர் கொடுக்கப்படும்னு சொன்னத கேட்ட உடனே என்-னோட உடம்பு ஜில்வுனு ஆச்சு.

'மவனே!! கூடிய சீக்கிரத்துல ஆகரேண்டா நானும் மேனேஜர்'னு எனக்குள்ளேயே சொல்லிக்கிட்டேன்.

அதுக்கப்புறம் ரெண்டு மாசம் டிரெய்னிங், ஒரு மாசம் பெஞ்ச்சு'னு பேட்ச்ல இருந்த மத்த எல்லாருமே ஜாலியா என்ஜாய் தான் பண்-ணாங்க. ஆனா எனக்குத்தான், புதுசா முளைச்ச மேனேஜர் கனவு அதை என்ஜாய் பண்ண விடல. பேட்ச்லேயே மகேஷ் மட்டும் அதே மனநிலையோட தெரிஞ்சதால ரெண்டு பேரும் ஈஸியா கனெக்ட் ஆனோம். அடுத்த நாள் எங்க பேட்ச்ல சில பேர லைவ் ப்ராஜெக்ட்ல போட போறாங்கன்னு தெரிஞ்ச உடனே சந்தோஷமும் பட்டோம்.

"குட் மார்னிங் கய்ஸ். என் பெயர் கிரிஷ். வெல்கம் டு டீம் 'சாம்பா'. மூணு மாசம் மாமியார் வீட்டில இருக்கிற மாதிரி நல்லா என்ஜாய் பண்ணி இருப்பீங்க, இப்ப கொஞ்சம் வேலையும் பாக்கலாமா?" ன்னு

சிரிச்சுக்கிட்டே தான் ஆரம்பிச்சாரு அந்த டீம் லீடர்.

"ப்ராஜெக்ட பத்தியும் உங்க வேலைய பத்தியும் சொல்றதுக்கு முன்னாடி, ஜாக்ஸாவோட கார்ப்பரேட் ஸ்ட்ரக்சர் பத்தியும், முக்கியமான டூஸ் அண்ட் டோன்ஸ் பத்தி சொல்றேன். கேட்டுக்கங்க" ன்னு அவர் சொன்னதும் நான் ஆர்வமா நிமிர்ந்து உட்கார்ந்தேன்.

ப்ரொபஷனலா வேலை செஞ்சு காசு பார்த்து, லைஃப்ல செட்டில் ஆக தான் நம்ம எல்லாரும் இங்க வந்து இருக்கோம். சோ, மத்த சென்டிமென்ட்ஸ் எல்லாம் கழட்டி வச்சிட்டு அதுல மட்டும் ஃபோக்கஸ் பண்ணுங்க.

நீங்க ஒரு டீமா தான் ஒர்க் பண்ண போறீங்க. ஆனா ஒரு தனியாளா, நீ கம்பெனிக்கு என்ன கான்ட்ரிபியூட் பண்ற'ன்றத பொறுத்துதான் உங்களுக்கு முன்னேறுவதற்கான சந்தர்ப்பங்களும் வாய்ப்புகளும் அமையும். அதை ஞாபகம் வச்சுக்கிட்டு, மத்தவங்களுக்கு அவங்க வேலையில் உதவி பண்ற சில்ற வேலை எல்லாம் பண்ணாதீங்க, முக்கியமா பொண்ணுங்களை இம்பிரஸ் பண்றதுக்கு! பைசா பிரயோஜனம் கிடையாது அதுல.

ஜெயிக்கனும் என்ற வெறிய, கம்பீட்டிங் ஸ்பிர்ட்ட யாருக்காகவும் விட்டுக் கொடுக்காதீங்க. முக்கியமா சீட்டை தேய்க்கிற சில ரிடயர்டு தாத்தாஸ் இருப்பாங்க. போட்டின்னு வந்ததுக்கு அப்புறம், யாரையும் தயவு தாட்சண்யம் பாக்காதீங்க.

எல்லாத்தோட முக்கியம் என்றதுனால தான், இந்த பாயிண்ட்ட கடைசியா சொல்றேன். கிளைண்ட் எல்லாம் நமக்கு கடவுள் மாதிரி. என்ன பண்ணியாவது அவங்களோட எதிர்பார்ப்புகளை மீட் பண்ணியோ எக்ஸீட் பண்ணியோ அவங்களை எப்பவும் சந்தோஷமா பாத்துக்கணும். இதை மட்டும் மறந்துறாதீங்க.

சிரிச்ச முகத்தோட சொன்னாலுமே, அவர் சொன்ன வார்த்தைகள்ல இருந்த வெறியும், எச்சரிக்கையும் எல்லாரையும் கொஞ்சம் உலுக்கி போடத்தான் செஞ்சுது. மகேஷும் நானும் ஒருத்தரை ஒருத்தர், அதிர்ச்சி மாறாம திரும்பி பார்த்துகிட்டோம்.

லஞ்ச் முடிஞ்சதும், எல்லாரையும் புரொடக்சன் ஃப்ளோருக்கு கூட்டிட்டு போய், ஏற்கனவே வேலை செஞ்சிட்டு இருந்தவங்க பின்னாடி உட்கார வச்சு, அவங்க செய்ற வேலையை கவனிக்க சொன்னாங்க. மகேஷும் நானும் ஒரே ரோ'ல உக்காந்ததால, ரெண்டு பேருக்கும

கொஞ்சம் நிம்மதியா இருந்தது.

என்ன உட்கார வைத்த இடத்துல இருந்தவர் பெயர் சுயம்பு. வயசு நாப்பதோ, இல்ல அதுக்கு கொஞ்சம் கம்மியாவோ இருக்கும்னு நினைக்கிறேன். 15 வருஷமா இந்த கம்பெனியில் இருக்காரு. பொறு-மையா, தெளிவா எப்படி விஷயங்களை கேப்ச்சர் பண்றதுன்னு சொல்லி கொடுத்தாரு. சும்மா ஏதோ கொஞ்சம் நோட் பண்ணிக்கிட்டேன்.

அடுத்த நாலு நாளும் அதே கதை தான். கொஞ்சம் கஷ்டப்பட்டு கொட்டாவிய கண்ட்ரோல் பண்ணிக்கிட்டு கவனிச்சேன். என்ன பண்றது? களத்துல இறங்கி, நானா செய்யாத வரைக்கும் என் மண்டையில எது-வும் ஏறாது!!

அடுத்த வாரமே அதை புரிஞ்சுகிட்ட சுயம்பு சார், டி.எல். (டீம் லீடர்) லஞ்ச் போறப்ப என்ன ரகசியமா சிஸ்டம்ல நேரடியா வேலை செய்ய வச்சாரு. அஃப்கோர்ஸ், அவரோட நேரடி மேற்பார்வையில வேலை செஞ்சதால, அவருக்கு பெருசா பிரச்சனை இல்ல தான்.

ஒரு வாரம் கழிச்சு, ஒரு வழியா எங்களை நேரடியா வேலை செய்ய விட்டப்ப, மகேஷ் உட்பட பேட்ச்சில் இருக்கிற எல்லாருமே கொஞ்சம் தடுமாறத்தான் செஞ்சாங்க.

நான் மட்டும் அழுக்கு டுழுக்கு டமால் டுமீல்'னு புரொடக்ஷன அடிச்சு காலி பண்ணேன்.

எல்லா புகழும் சுயம்பு சாருக்கே!!

ஒரு வாரம் தொடர்ந்து தினமும் கொடுத்த டார்கெட்டை நான் அச்-சிவ் பண்ண, டி. எல். என்னையும் சுயம்பு சாரையும் ஒரு சேர பாராட்-டினாரு. அதுக்கு அப்புறம் தான் தெரிஞ்சது, நாங்க எல்லாரும் பண்-ணிட்டு இருந்தது டம்மி பைல்னு!!

நான் பண்ண டம்மி பைஃல்களோட ஆடிட்ட சுயம்பு சாரை'யே பண்ண சொன்னாங்க. அப்புறம்தான் நான் பண்ண வேலையோட முழு சுயரூபம் தெரிஞ்சது. எரர் மழை தான், அவ்வளவு தப்பு பண்ணி இருந்-தேன்.

மத்த ஆடிட்டர்ஸ் எல்லாருமே, எரர் கொஞ்சம் ஜாஸ்தியா இருந்தா-லும், அவங்க அவங்களே செல்ஃப்-ஆடிட் பண்ண சொல்லி பைஃலை திருப்பி அனுப்பிட்டு இருந்தாங்கன்னு மகேஷும் மத்தவங்களும் லஞ்சில் வந்து புலம்பி தீத்தாங்க. அதுவும் லைவ் ப்ரோடக்ஷன்ல எங்கள போட்ட அப்புறம், ஆடிட் பண்றவங்க எல்லாம் ஸ்கிரீனை 2எக்ஸ், 3எக்ஸ்'னு

ஜூம் பண்ணி செக் பண்ண ஆரம்பிச்சாங்க.

ஆனா சுயம்பு சார் கொஞ்சம் கூட அலட்டிக்காம, பொறுமையா ஏன் நடந்துச்சுனு எக்ஸ்பிளைன் பண்ணி, எப்படி அடுத்து தப்பு பண்ணாம இருக்கிறது என்று சொல்லி பயங்கரமா மோட்டிவேட் பண்ணாரு. ஜெம் ஆஃப் ஏ பர்சன்!!

சுயம்பு சார் எனக்காக அவ்வளவு எஃபோர்ட் எடுக்கும்போது, நான் என்ன சும்மாவா இருக்க முடியும்? பண்ற வேலையோட ஸ்பீடை அப்படியே பாதியா கம்மி பண்ணி, 100% குவாலிட்டி எடுத்துட்டு வர முயற்சியில இறங்குனேன். புரொடக்ஷன் பார்த்த டி. எல். கொஞ்சம் கடுப்பு தான் ஆனாரு.

அவரையும் திருப்திபடுத்த, ஆபீஸ்ல லேட்டா உட்கார்ந்து எதிர்பார்த்த டார்கெட்டை முடிச்சிட்டு கிளம்புனப்புறமும், டி. எல். என்னமோ உர்ருன்னே இருந்தாரு.

குவாலிட்டிய நோக்கி வேலை செஞ்சதால பாராட்டிய சுயம்பு சார், அதுக்காக நைட்டெல்லாம் உக்காந்து வேலையை முடிச்சிட்டு போறது உடம்புக்கு நல்லது இல்ல, ஜாக்கிரதையா இருன்னு சொல்லிட்டே இருந்தாரு.

யாரு சொல்றதையும் காதுல வாங்கிக்காம, வெறித்தனமா குவாலிட்டி ப்ரொடக்ஷன்'னு ரெண்டுலயும் போக்கஸ் பண்ணேன்.

முழுசா ஒரு மாசம் ஆச்சு!! ரெகுலரா ஒரு தப்பு கூட வர்றது இல்லைன்னு சுயம்பு சார் சொல்றதுக்கு!!

அடுத்து டார்கெட்டை படிப்படியா ஏத்தி துவம்சம் பண்ணனும்னு யோசிச்சுட்டு இருக்கும்போதே, அந்த வாரம் வெள்ளிக்கிழமையே அந்த வாய்ப்பு வந்தது,

கிளையன்ட் ஆபீஸ்ல ஏதோ சிஸ்டம் டவுன்'னு புதுசா பைல்ஸ் எதுவும் வரல. மிச்சம் இருந்த பைல்ஸ எல்லாரும் சேர்ந்து இரண்டு அவர்ல முடிச்ச அப்புறம், டேபிள் டென்னிஸ், கேரம், காஃப்டிரியால அரட்டை என்று எல்லாரும் ரிலாக்ஸ் பண்ண கிளம்புனாங்க.

நான் பிரெஷா காபி மட்டும் வாங்கிட்டு திரும்பவும் சீட்டுக்கு வந்தேன். நாங்க வேலை செய்ற சாஃப்ட்வேர் ஓட ஷார்ட் கட் கீஸ் ஃபுல்லா ஒரு லிஸ்ட் எடுத்தேன். பிரிண்ட் எடுத்து, அதை மனப்பாடம் பண்ண ஆரம்பிச்சேன். இன்னைக்கு முடிச்ச பைல்களை, திரும்ப எடுத்து இந்த ஷார்ட் கட் கீச பிராக்டிக்கலா செஞ்சு மண்டையில இன்னும் ஸ்ட்-

ராங்கா ஏத்த ஆரம்பிச்சேன்.

அடுத்து எக்ஸெல்ல, ட்ராக்கிங் லாக் எல்லாம் இன்டர் லிங்க் பண்ணி, ஒரு இடத்துல போட்டா, மத்த எல்லா பைல்லையும் தானா என்ட்ரி ஆகுற மாதிரி ஃபார்முலா போட்டேன்.

சாப்ட்வேர்ல இன்னும் கொஞ்சம் நோண்டுனதுல, சில அற்புதமான ரிப்போர்ட்கள் கிடைத்தது. அத வச்சு, எக்ஸல்லயே வேகமா என்ட்ரி போட்டு, திரும்ப சாஃப்ட்வேர்க்குள்ள அப்லோட் பண்ற வழிய கண்டுபி-டிச்சேன். அதே வழியில, சீக்கிரமா ஆடிட் பண்ற நுணுக்கமும் தானா வந்து வழி காமிச்சுது.

அடுத்த சில நாட்கள், புதுசா கத்துக்கிட்ட இந்த விஷயங்கள் எல்-லாத்தையும் திரும்பத் திரும்ப டெஸ்ட் பண்ணேன். கூடுதலா சில இமெ-யில் ரூல் எழுதி, அதையும் ஆட்டோமேட்டிக்கா அனுப்பற மாதிரி செட் பண்ணேன்.

மனசார ஹார்ட் வொர்க் பண்ணா, அதுக்கான பிரதிபலன்கள் உடனே தெரிய ஆரம்பிக்கும்னு ஸ்ட்ராங்கா நம்புறவன் நான்.

சொல்லி வச்ச மாதிரி அடுத்த திங்கள் கிழமை, டிம்ல சுயம்பு சாரை-யும் சேர்த்து மூணு பேர் ஒரே நாள் உடம்பு சரியில்லாம லீவு போட்-டாங்க. திங்கட்கிழமை எப்பவுமே லோடு ஜாஸ்தியா வேற இருக்கும். டி. எல். ரொம்ப திணறி போயிட்டாரு. பெஞ்சில இருந்தும், மத்த டிம் கிட்ட இருந்தும் உதவி கேட்டு கெஞ்சி ஆபீஸ் பூரா சுத்திகிட்டு இருந்தாரு.

கத்துக்கிட்ட எல்லா ஷார்ட் கட் வித்தைகளையும் இறக்க, என்-னோட டார்கெட் பாதி நாளிலேயே முடிஞ்சிடுச்சு. புதுசா ஆடிட் பண்ற டெக்னிக்கை வச்சு செக் பண்ணி பார்த்தா எல்லாம் கரெக்டா தெரி-யவே, போய் அத டி. எல். கிட்ட சொன்னேன், ஒரு நிமிஷம் நான் சொன்னதோட அர்த்தம் புரியாம முழிச்சாரு. அப்புறம் அவரும் வந்து, பைல்களை அங்கங்க ரேண்டமா ஆடிட் பண்ணி பாத்துட்டு பெருமூச்சு விட்டாரு.

பண்ண முடியாதுன்னு நெனச்ச எக்ஸ்ட்ரா பைல்களை எனக்கு அனுப்பி விட்டாரு. அது எல்லாத்தையும் அடிச்சு துவம்சம் பண்ண, சாயந்தரம் சரியான நேரத்துல எக்ஸ்ட்ரா ஆள் தேவைப்படாமல் வேலையை முடிச்சிட்டா பெருமையா மெயில் அனுப்புனாரு டி. எல்.

அதுக்கப்புறம் நடந்த விஷயங்கள் எல்லாமே கனவு மாதிரி தான் இருந்தது. எல்லா பக்கமும் பயங்கர பாராட்டு. மேனேஜ்மென்ட்ல

இருந்து எல்லாம் மெயில் அனுப்பி இருந்தாங்க. டிம் லீடரும் மேனேஜ-ரும் தனியா கூட்டிட்டு போய் எப்படி இதை என்னால அச்சீவ் பண்ண முடிஞ்சதுன்னு தெளிவா விளக்க சொன்னாங்க.

நான் கத்துக்கிட்ட ஷார்ட்கட் எல்லாத்தையும் மத்த டிம்ல இருக்-கிறவங்களுக்கும் சொல்லிக் கொடுத்து அவங்களுக்கும் உதவி பண்ண சொன்னாங்க. கிடைச்ச பாராட்ட விட, இது எனக்கு ரொம்ப மனசுக்கு திருப்தியாக இருந்துச்சு. நம்ம கண்டுபிடிச்ச விஷயங்கள், மத்தவங்க-ளுக்கும் உதவுதுன்னு நினைக்கும்போதே பெருமையா இருந்துச்சு.

அந்த மாசத்தோட "பெஸ்ட் எம்பிளாய்", "பெஸ்ட் பட்டிங் ஸ்டார்" னு எல்லா அவார்டையும் எனக்கே குடுத்தாங்க. வீட்டில எல்லாரும் பயங்கர சந்தோஷம் ஆளாங்க.

டிம்ல எல்லாரும் பாராட்டி கை கொடுத்தப்ப தான் கவனிச்சேன். சுயம்பு சார் முகத்துல எந்த ரியாக்ஷனும் இல்லை. மத்தவங்க புகழைப் பார்த்து பொறாமை படுற ஆள் அவர் இல்லைன்னு எனக்கு நல்லாவே தெரியும். ஆபீஸ்ல கூட வேலை செய்றவர்ன்றத தாண்டி, அவரு வீட்-டுக்கும் ரெண்டு மூனு தடவை போயிருக்கேன். என்னை அவ்வளவு பெருமையா அவரோட மனைவி கிட்டயும் பசங்க கிட்டயும் அறிமுகப்-படுத்தின அந்த சுயம்பு சார்'க்கு என்ன ஆச்சுன்னு எனக்கு புரியல.

ஏன் அவர் எனக்காக சந்தோஷப்படலைன்னு, மனசுல ஒரு கேள்வி நெருடலாவும், அதை பத்தி அவர்கிட்டயே நேரடியா கேக்குறதுக்கு தயக்கமாகவும் இருந்துச்சு. நான் சொல்லிக் கொடுத்த ஷார்ட் கட்ஸ் எல்லாத்தையும், மத்தவங்க மாதிரியே நோட் பண்ணி அவரும் ட்ரை பண்ண ஆரம்பிச்சாரு. சரி, எதுவா இருந்தாலும் தானா சரியாகட்டுன்னு நானும் விட்டேன்.

எல்லா கேள்விக்கும் பதில் அடுத்த வாரம் டிம் மீட்டிங்ல கிடைச்சது. டிம் லீடர் எல்லாருக்கும் டார்கெட்டை அதிகப்படுத்தி அனௌன்ஸ் பண்-ணாரு. எனக்கு பயங்கர அதிர்ச்சி!!, என் ஒருத்தனால பண்ண முடி-யுது என்பதற்காக, எல்லாருக்கும் ஏத்துறது என்ன நியாயம்? என்னதான் நான் பண்ற டெக்னிக்லாம் சொல்லிக் கொடுத்தாலும், ஒவ்வொருத்தரு-டைய தனித் தன்மைன்னு இருக்குல்ல? அவங்களால பண்ண முடிஞ்சது தானே, அவங்க பண்ணுவாங்க?

யோசிச்சு முடிக்கிறதுக்குள்ள, அதே மீட்டிங் ஓட கடைசியில டார்-கெட் முடிக்கலைன்னு பிரவீனுக்கும், சுயம்பு சாருக்கும் வார்னிங்

கொடுத்தது இன்னும் பயங்கர அதிர்ச்சியாச்சு. பிரவீன் மட்டும் என்ன திரும்பிப் பார்த்து முறைச்சான்.

சுயம்பு சார் கிட்ட "என்ன வேணா நடக்கட்டும்"ன்ற அதே ரியாக்-ஷன்.

மீட்டிங் முடிஞ்ச உடனே, அவங்களுக்கு எப்படி உதவி பண்ணி ரெண்டு பேரையும் காப்பாத்துறதுன்னு பேசுறதுக்காக அவங்க கிட்ட போனா, பிரவீன் கோபமா திட்டிட்டு எழுந்து போயிட்டான். சுயம்பு சார் எனக்கு பதிலே சொல்லாம, அவர் பாட்டுக்கு வேலையை செஞ்சுட்டு வீட்டுக்கு கிளம்பி போனாரு.

எனக்கே தெரியாம நான் அவங்கள மாட்டி விட்ட இந்த பிரச்சனை-யிலிருந்து, எப்படி அவங்கள வெளியே கொண்டு வரதுன்னு யோசிச்-சுக்கிட்டே தான் வீட்டுக்கு வந்தேன்.

அடுத்த நாள் வழக்கம் போல ஆபீஸ்க்கு போனா, மத்தியானம் வரைக்கும் சுயம்பு சார் வரல. எதுக்காக லீவு போட்டு இருப்பார் என்று பொதுவா டீம்ல விசாரிச்சப்ப, மகேஷ் மட்டும் என்ன தனியா கூட்டிட்டு போய் சொன்னான்.

"அவரை நேத்தோட வேலையை விட்டு தூக்கிட்டாங்கடா. அடுத்த வார்னிங் லிஸ்ட்ல நானும் இருக்கேன்.. என்ன பண்ணப் போறேன்னு தெரியல." ன்னு புலம்பிக்கிட்டு திரும்ப சீட்டுக்கு போனான்.

எனக்கு சுயம்பு சார் இல்லை என்ற அதிர்ச்சியே இன்னும் ஜீரணிக்க முடியல. கையெல்லாம் வெடவெடன்னு நடுங்க, இதயம் படபடன்னு அடிச்சுக்க ஆரம்பிச்சது.

இவ்வளவு வருஷம் சர்வீஸ் பண்ணவரை, எப்படி இப்படி அசால்டா வேலையை விட்டு தூக்குறாங்க?

வெளியே இருந்து பார்க்கத்தான் இது பெரிய கம்பெனியோ? உள்ள அனுபவத்துக்கு சுத்தமா மரியாதையே இல்லை!!

இங்கேயே இருந்தா, அடுத்த அஞ்சு வருஷத்திலையோ பத்து வரு-ஷத்திலையோ எனக்கும் இதே நிலைமைதான்.

ஏதாவது சொல்லி என்னை சமாதான படுத்துக்கிட்டாலும், என்ன ஆக்கிரமிச்சு வச்சிருந்த குற்ற உணர்ச்சியால, சுயம்பு சாருக்கு போன் பண்ணி எப்படி இருக்காருன்னு கேட்க தோணல.

அதுக்கு பதிலா, சண்டை போட டீம் லீடருக்கு மீட்டிங் ரிக்வெஸ்ட் அனுப்புனேன், சாயந்திரம் வரைக்கும் பதிலே இல்ல. வெறுப்போட வீட்-

டுக்கு கிளம்புனேன்.

அடுத்த நாள் காலையில, சுயம்பு சார் வீட்டுக்கு போய் பாத்துட்டு-றது'ன்னு யோசிச்சுக்கிட்டே நைட்டு படுத்தேன்.

காலையில சீக்கிரமே அவர் வீட்டுக்கு போனா, பொண்ண ஸ்கூல் பஸ்ஸில் ஏத்தி விட்ட அவரோட மனைவி, என்ன சிரிச்சுக்கிட்டே வரவேர்த்தாங்க.

கொடுத்த காப்பிய குடிச்ச அப்புறம் ரெண்டு பக்கமும் அமைதி. சுயம்பு சார் வீட்டுல இல்லைன்னு தெரிஞ்ச அப்புறம், அடுத்து என்ன கேக்குறதுன்னு எனக்கு தெரியல. இன்னும் கொஞ்ச நாள் அவருக்கு வேலை கிடைக்காமல் போனால், இந்த குடும்பம் எவ்வளவு சின்னபின்-னமா ஆகும்னு யோசிச்சேன்.

"நீங்க இன்னைக்கு ஆபீஸ்க்கு போகலையா?"

அவங்களே ஒரு மாதிரி பேச ஆரம்பிக்க, நான் பதிலுக்கு தோராா-யமா ஒரு நூல் விட்டுப் பார்த்தேன்.

"இல்லைங்க. இனிமேதான் போகணும். அடுத்த வாரம் போக போற ஆபீஸ் ட்ரூக்கு டிரஸ் எடுக்க போகணும். அதுதான் சார் இருந்தா அவரையும் கூட கூட்டிட்டு போலாம்னு நினைச்சேன்"

நான் குடிச்ச காபிக் கப்ப அதே புன்னகையோட எடுத்த அவங்க, கேள்விக்குறியோட என்ன பார்த்தாங்க.

"ரூரா? என்கிட்ட எதுவும் சொல்லலையே அவரு. ஏதோ அர்-ஜெண்டா மீட்டிங் இருக்குன்னு காலையில சீக்கிரமே வேற கிளம்பி போயிட்டாரு."

அடுத்து எனக்கு என்ன பேசறதுன்னு தெரியல. வேலை போனத மறைக்க எங்க போய் ஒளிந்து கொண்டு இருக்கிறாரோ பாவம்?

திடீர்னு மனசுக்குள்ள பாசிட்டிவா ஏதோ தோணுச்சு. ஒருவேளை அவரோட டெர்மினேஷன் நியூஸ் புரளியா இருந்து, அவரு இப்ப ஆபீஸ்ல நிஜமாவே வேலை செஞ்சிட்டு இருந்தா எப்படி இருக்கும்?

யோசிச்சிட்டே வேகமா வண்டியை ஓட்டிக்கிட்டு ஆபீஸ்க்கு வந்-தேன். ம்உம். சுயம்பு சார் அங்க இல்ல. மனச தளர விடாம மகேஷ் கிட்ட திரும்பவும் விசாரிச்சேன். அவரை வேலையை விட்டு தூக்குன நியூஸ் உண்மைன்னு கன்ஃபார்ம் பண்ணது மட்டும் இல்லாம, அதுக்கப்-புறம் அவன் சொன்ன நியூஸ், எனக்கு இன்னும் தூக்கி வாரி போட்டது.

"அதிகமா சம்பளம் வாங்கிட்டு இருக்கிறாங்க லிஸ்ட ஆபீஸ்ல ரெடி பண்ணி ஒவ்வொருத்தரா தூக்கிட்டு இருக்காங்க. அதுல சுயம்பு சாரும் கொஞ்ச நாளா இருந்திருக்கிறாரு. நீ கொடுத்த சின்ன சந்தர்ப்பத்தை, பெரிய விஷயமாக்கி அவரை ப்ளான் படி தூக்கிட்டாங்க."

சோகமும் கோவமும் சேர்ந்து தலைக்கு ஏற, டீம் லீடர் கேபினுக்கு போனேன். அவரும் அங்க இல்ல. அவரோட லேப்டாப்பும் இல்ல. ஆபீஸ் சாட்ல போய் அவரோட 'அவுட் ஆஃப் ஆபிஸ்' நோட் பார்த்த அப்புறம்தான் புரிஞ்சுது, ஆபீஸ் வேலையா டெல்லி பிரான்சுக்கு போய் இருக்காருன்னு.

கோபம் கம்மி ஆகறதுக்குள்ள ப்ராஜெக்ட் மேனேஜர் ரூமுக்கு அப்-படியே போனேன். கதவ தட்டுன உடனே, உள்ள வர சொல்லி சைகை பண்ணாரு.

"சுயம்பு சார வேலையை விட்டு தூக்கிட்டாங்கன்னு சொல்றாங்களே? உண்மையா சார்?"

முகத்துல சிரிப்போட உள்ள வர சொன்ன அவரோட முகம், வெறுப்பானது தெளிவாக தெரிந்தது. அதை கண்டு கொள்ளாமல், நான் அமைதியாக பதிலுக்கு காத்திருந்தேன்.

முகத்தை திரும்பி லேப்டாப்பிற்குள் புதைத்துக் கொண்டு, "உன்-னோட கேள்விக்கு எல்லாம் நான் பதில் சொல்லணும்னு அவசியம் இல்ல. உன் டி. எல். கிட்ட கேட்டுக்கோ"

"அவருதான் ட்ரிப் போயிருக்காரே. திரும்பி வரதுக்கு ஒரு வாரம் ஆகும்னு சொன்னாங்க."

"நல்லதா போச்சு. திரும்பி வந்தப்புறம் அவர் கிட்ட கேட்டுக்க."
என்று கொஞ்சம் நக்கலாக பதில் சொன்னார்.

திரும்ப நக்கல் பண்ணும் ஆசையை கைவிட்டு விட்டு, நான் அமைதியாக அப்படியே நின்றேன்.

நான் இன்னமும் நின்று கொண்டு இருப்பதை கவனிக்காமல் தன்-னுடைய வேலையை செய்து கொண்டிருந்த மேனேஜர், பத்து நிமிஷம் கழிச்சு தான் என்னை கவனித்தார்.

"என்னன!!! நானே எழுந்து வந்து வழி அனுப்பி வச்சாதான், சாரு ரூமை விட்டு கிளம்புவீங்களா?"
என்று எரிச்சலுடன் கேட்டார்.

"சாரி சார். சுயம்பு சாருக்கு என்ன ஆச்சுன்னு தெரிஞ்சுக்காம, நான் ஒரு அடி நகர போறதில்ல. அவர நினைச்சு ஏற்கனவே எனக்கு குற்ற உணர்ச்சியும் தர்ம சங்கடமாவும் இருக்கு. ஏன்'ன்னு தெரியாம நைட் எல்லாம் ஸ்ட்ரெஸ் மண்டைய பொளக்குது. தூங்கவே முடியல. சோ... ப்ளீஸ்"

கடைசியா நான் சொன்ன ப்ளீஸ்'ல இருந்த அதிகார தோரணை, மேனேஜரை கடும் கோபத்துக்கு உள்ளாக்கிச்சு. முகம் முழுக்க சிவப்-பாகி, என்ன மேலே கீழே எரிக்கிற மாதிரி பார்த்தாரு. அப்புறம், சுத்தி இருக்கிற கண்ணாடி டோர் வழியா மத்தவங்க யாராவது பார்க்கிறார்களா என்று பார்த்தார். பின்பு கட்டுப்படுத்தப்பட்ட கோவத்தை, முழுவதுமாக உபயோகித்து என்னை பார்த்து கத்தினார்.

"கெட் அவுட் யு இடியட். இல்லன்னா செக்யூரிட்டிய கூப்பிட வேண்டி இருக்கும்."

நான் அசராம அப்படியே நின்னேன்.

சேர்ல இருந்து எழுந்து, டேபிள ஓங்கி குத்திட்டு, எனக்கு முதுகு காமிச்சு நின்னுகிட்டாரு மேனேஜர். கொஞ்ச நேரம் அமைதி. செல்-போன்ல அட்மின் டிபார்ட்மெண்டுக்கோ செக்யூரிட்டிக்கோ ஏதாவது மெசேஜ் அனுப்புறாரான்னு தெரியல.

கொஞ்ச நேரம் கழிச்சு, அமைதியான தோரணையோட திரும்பி என்னை பார்த்தாரு.

"முதல்ல நிதானமா உன்னைப் பத்தி யோசி. கேரியர்'ல எவ்வளவு முக்கியமான கட்டம் இது உனக்கு? டீம் லீடர் பதவிக்கு இவ்வளவு சீக்கிரம் நாங்க யாரையும் ரெகமெண்ட் பண்ணதே இல்ல. உன்னோட வேலைய இன்னும் திறமையா எப்படி பண்றதுன்னு ஒக்காந்து யோசி. அத விட்டுட்டு, மத்தவங்கள பத்தி பேசி எல்லாம் பேசி உன் டைமை வேஸ்ட் பண்ணாத."

நான் தலை குனிஞ்ச படி அதே அமைதியை தொடர்ந்தேன்.

"ஆமா. சுயம்புவ பெர்ஃபார்மன்ஸ் சரியில்லன்னு தான் டெர்மினேட் பண்ணிட்டோம்."

என்று மறுபடியும் சத்தமாக் கத்தினார். பின்பு அமைதியான தோர-ணையில்,

"ஆனா ரெண்டு மாசம் சம்பளம் கொடுத்து தான் அனுப்பி இருக்-கோம். ஒன்னும் பிரச்சனை இல்ல. அதுக்குள்ள அவருக்கு வேற

வேலை கிடைச்சுரும்."

நான் நிமிர்ந்து அவரை கண்களுக்குள் ஊடுருவி பார்த்தேன்.

"இப்படித்தான் கம்பெனியில் இருக்கிற எல்லா அனுபவசாலிகளை-யும், அவங்க உழைப்பை எல்லாம் உறிஞ்சுகிட்டு நடுத்தெருவில நிறுத்-திட்டு இருக்கீங்களா?"

மீண்டும் கடுப்பான மேனேஜர், என்னை எதுவும் செய்ய முடியாமல், சிகரெட்டை எடுத்து பற்ற வைத்துக் கொண்டு வேறு பக்கம் திரும்பி வேகமாக புகை விட ஆரம்பித்தார். திடீர்னு என் பக்கம் திரும்பினவரு,

"நானும் ஆரம்பத்துல மனசாட்சியோடு தான் வேலை பார்த்துட்டு இருந்தேன். ஒரு லீடரா, என்னோட டீமல இருக்கிற எல்லாருக்கும் என்கிட்ட இருந்த எல்லா சரக்கையும் அழகா முழுசா சொல்லிக் கொடுத்தேன். ஏன்? என்னோட பிளேட்டை கிளீன் பண்ணா, எனக்கு இன்னும் பெட்டர் பதவி கிடைக்கும் என்ற நம்பிக்கையில!!"

புகைத்துக் கொண்டிருந்த சிகரெட் முடியும் முன், அடுத்த சிகரட்டை பற்ற வைத்துக் கொண்டு டென்ஷன் ஆன குரலில் தொடர்ந்தார் மேனேஜர்.

"ஆனா என்ன நடந்துச்சு? நாப்பது ஆயிரம் ரூபா சம்பளம் கொடுத்து நான் செய்ற வேலைய, பத்தாயிரம் ரூபா கொடுத்தா என்-னோட டீமிலேயே ஒருத்தன் செய்றானே'ன்னு யோசிச்ச கம்பெனி, என்ன இதே மாதிரி ஒரு நாள், திடீர்னு தான் வேலையை விட்டு அனுப்பிச்சு. அன்னைக்கு தான் புரிஞ்சது, இது என்ன சிஸ்டம்னு!! அதுக்கப்புறம் சுதாரிச்சுட்டேன். எவனுக்கும் எதையும் சொல்லிக் கொடுக்கிறது இல்ல!! நானும் வேலை செய்றேன்னு, மேலிடத்துக்கு குப்பை மாதிரி மெயில்கள்ள அடிச்சு தள்ளிட்டே இருக்கிறது, நம்மள சுத்தி எவனையும் வளர விடாம தடுக்கிறது, இப்படி எல்லாத்தையும் பண்ணேன், இப்படித்தான் இங்க எல்லாருமே!! அவன் அவனோட வேலைய காப்பாத்திக்க, எந்த உயரத்துக்கு வேணா போவானுங்க."

என்று அவர் சொல்லி முடிக்க, கண் இமைக்க மறந்து போய் நான் விரைச்சு போய் இருந்தேன்.

"என்ன எழவுடா நடக்குது இங்க? இதுவா என்னோட கனவு வேலை?" ன்னு மனசுல யோசிச்சுக்கிட்டே அமைதியை தொடர்ந்தேன்.

"வாட் த ஹெக். நான் எதுக்கு இதெல்லாம் உன்கிட்ட சொல்லிட்டு இருக்கேன்?"

என்று அவர் கேட்டதும், நான் பேச ஆரம்பித்தேன்.

"என்னையும் மதிச்சு இவ்வளவு வெளிப்படையா பேசினதுக்கு ரொம்ப தேங்க்ஸ் சார். என்னோட கனவு வாழ்க்கை இங்கேன்னு நினைச்சுட்டு தான் இந்த கம்பெனியில் சேர்ந்தேன். அது எவ்வளவு பெரிய மாயை/பொய்யின்னு இப்பதான் புரிஞ்சது. உங்களை அவமதிக்-கிறேன்னு தப்பா நினைச்சுக்காதீங்க சார். நான் இன்னைக்கே இந்த வேலையை ரிசைன் பண்ணிக்கிறேன்"

"பண்ணிட்டு? என்ன பண்ண போற? அடுத்தது?"

அவர் குரலில் எந்த கேளியும் தென்படவில்லை.

"வேற வேலை தான் தேடணும். அட்லீஸ்ட், மனசாட்சிக்கு விரோதம் இல்லாம மனுஷங்களை மனுஷங்களா ட்ரீட் பண்ற ஒரு கம்பெனியை தேடணும்."

என்று சொன்னதும் மேனேஜர் சத்தமாக சிரித்தார்.

"அப்படி ஒரு கம்பெனி, அகில உலகத்துல எங்கேயும் கிடையாது தம்பி. எங்க போனாலும், நீ சுயநலமா இருந்தா மட்டும் தான் உன்னை காப்பாத்திக்க முடியும்."

அவரைப் பார்த்து வெறுமையாக சிரித்தேன்.

"அப்படின்னா ரொம்ப நல்லதா போச்சு. எல்லாரும் வேலை செய்ய-ணும்னு ஆசைப்படுற ஒரு நியாயமான கம்பெனி அகில உலகத்திலேயே இல்லனா, அதை எப்படியாவது போராடி நானே ஆரம்பிக்கிறேன். அந்த கம்பெனிக்கு வேற போட்டியே இருக்காது இல்ல?"

நான் சொன்னதைக் கேட்டு முகம் கொஞ்சம் சீரியசான மேனேஜர் அமைதியானார்.

"மனசாட்சிக்கு கட்டுப்பட்டு, தொடர்ந்து கரெக்டான விஷயத்தை மட்டுமே செய்ய முடியாம போனதுக்கு உங்களுக்கு குடும்பம் குழந்-தைன்னு எவ்வளவோ காரணம் இருக்கலாம். ஆண்டவன் புண்ணியத்-துல, அது எதுவுமே எனக்கு இப்ப இல்ல. நீங்க நெகட்டிவ் சைடுல முடிச்ச கதையை, அதே இடத்துல இருந்து ஆரம்பிச்சு நான் கரெக்டா முடிக்கிறேன். வெயிட் பண்ணி பாருங்க"

ன்னு புன்னகையோட சொல்லி முடிச்சேன். என்னையே நக்கலா பார்த்தவரு,

"இந்த கம்பெனியில முழுசா ஒரு வருஷம் கூட ஆகல. இதுக்கு முன்னாடி மொத்த எக்ஸ்பீரியன்ஸ்னு பார்த்தா ஒரு அஞ்சு வருஷம்

இருக்குமா உனக்கு? இங்க ஆல மரம் மாதிரி அவ்ளோ பேரு, கிளை-கள் விரிச்சு வேரூன்றி பிசினஸ் நடத்திட்டு இருக்காங்க. அவங்களுக்கு நடுவுல புதுசா முளைக்க, அப்படி என்ன பெருசா தகுதியோ, திற-மையோ இருக்கு உனக்கு?"

இப்ப பதிலுக்கு சத்தமாவே சிரிச்சேன் நான்.

"நீங்க கேட்கிறது, என்கிட்ட ஒரு வேலை இல்லாம இருக்கலாம். ஆனா புதுசா வெச்ச ஒரு சப்ப லோக்கல் ரேஸ்ல சரியா ஓடலை'ன்தற்-காக, வெளியே அனுப்பி இருக்கீங்களே - சுயம்பு'ன்ற ஒரு அனுப-வசாலி. அவர்கிட்ட நீங்க கேட்டது எல்லாமே அளவுக்கு அதிகமாவே இருக்கு. என்ன மாதிரியே, மனுஷங்களை நம்பர்களா பாக்காம, மனு-ஷனாவே பாக்குற அப்படி ஒரு திறமைசாலி என் கூட நிற்கும்போது, எல்லாமே பாசியில் தான் சார். வரேன். திரும்ப பார்க்கலாம்"

ன்னு சொல்லிட்டு நான் அவரு ரூம விட்டு வெளியே நடக்க ஆரம்பிச்சேன். என்னோட சீட்டுக்கு வந்து திரும்பி பார்த்தப்ப, முகம் முழுக்க யோசனையோட வெரைச்ச போஸ்ல நின்னுட்டு இருந்த மேனேஜர், லைட்டா சிரிச்சு, தலையாட்டிக்கிட்டே திரும்ப உக்காந்தாரு.

அவரோட ஆழ் மனசுல நான் ஜெயிக்கணும்னு தான் அவரு வேண்டிப்பார்னு எனக்கு தோணுச்சு.

பார்ப்போம்!!

5

பிளாக் ஸ்டார்

"ஹை பாவனா. என்ன உடம்பு ஏதாவது சரி இல்லையா? ஒரு வாரமா, கிளாஸ்க்கு வரல?"

"உடம்பு எல்லாம் ஓகே தான் தாஸ். ஃபோன சண்டே ஏஜ் அட்டேய்ன் பண்ணேன்'னு, ஒரு வாரம் வீட்டுக்குள்ளேயே உக்கார வச்சிட்டாங்க. அது தான் ஸ்கூல்க்கு வரல."

அதுக்கு மேல என்ன பேசறதுன்னே, எனக்கு தெரியல. ஒரு மாதிரி தர்ம சங்கடமான சைலன்ஸ்.

அடுத்த நிமிஷம் "ஆ"னு கத்திட்டே தலையை தேய்ச்சுட்டே கோபமா திரும்பி பார்த்தா. அவ தலையில கொட்டிட்டு, அங்க நவீன் நின்னுட்டு இருந்தான்.

அவன திருப்பி அடிக்க இவ கைய ஓங்க, அந்தக் கையை மடக்கி இவளோட முதுகு பக்கமா திருப்பி முதுகுல திரும்பவும் குத்திட்டு, ஒவ்வொரு பெஞ்சா தாவி ஓடினான் நவீன். இவளும் பின்னாடி துரத்திக்கிட்டே கத்திக்கிட்டே ஓடுனா.

"டேய் நவீன் நாயே. எவ்வளவு வாட்டி சொல்லி இருக்கேன். தலையில அடிக்காதன்னு."

ஒரே கிளாஸ்ல படிச்சாலுமே, இவங்க எல்லாருமே வேற ஒரு உலகத்துல இருக்கிற மாதிரியே எனக்கு தோணுச்சு.

வயசுக்கு வந்தத, இவ்வளவு கேஷுவலா கூட படிக்கிற பையன் கிட்ட சொல்ற பொண்ணு!!

அது தெரிஞ்ச அப்புறமும் அவகிட்ட பழையபடி அடிச்சு விளையா-டுற பையன்!!

எனக்கு ஏன் இப்படி கேஷுவலா இருக்க தோண மாட்டேங்குது?

போன வருஷம் எயிட்த் பாஸ் ஆகுற வரைக்கும், முதல் மூணு ரேங்க்ல ஏதாவது ஒன்னை எடுக்கிறத நோக்கி தான் வாழ்க்கையோட ஒவ்வொரு நிமிஷமும், எல்லா டெய்லி ரூட்டினும் போயிட்டே இருந்-துச்சு.

சைக்கிள்ல இருந்து கீழ விழுந்து, மசில் டிஸ்லொகேட் ஆகி, நாலு மாசம் ஸ்கூல் மிஸ் பண்ண உடனே, நைன்த் கண்டினியூ பண்ணனும்னா, பி செக்ஷன்ல தான் போடுவோம்னு சொல்லிட்டாங்க.

செக்ஷன் மாறி ஒரு வருஷம் ஆகப்போகுது. ஆனாலும் இந்த உலகத்தோட என்னால கனெக்ட் பண்ணிக்க முடியல.

அட்லீஸ்ட் ஏ செக்ஷன் படிப்ஸ் உலகத்துக்கு இவங்க எல்லாரையும் கூட்டிட்டு போறதுக்கு, ஏதோ என்னால முடிஞ்சத பண்ணலாம்னு எட்-டரை மணி ஸ்கூலுக்கு எல்லாரையும் ஏழு மணிக்கு ரெகுலரா வர வச்-சிருக்கேன்.

ஹோம் ஒர்க் முடிக்காதவங்கள பண்ண வைக்கிறது, ஏதோ என்னால முடிஞ்ச டவுட்ட தீர்த்து வைக்கிறதுன்னு காலையில லைஃப் கொஞ்சம் இன்ட்ரஸ்டிங்கா தான் போகுது.

ஆரம்பத்துல ஏழு மணிக்கு யாருமே வரல. நவீனும் பாவனாவும் தான் முதல்ல வந்தாங்க. காலையில நாங்க மூணு பேரும் ஜாலியா படிச்சுக்கிட்டே டைம் பாஸ் பண்றத பாத்து, கொஞ்சம் கொஞ்சமா மத்-தவங்க எல்லாம் வர ஆரம்பிச்சாங்க.

ஆனா இவங்க ரெண்டு பேரையும் எதுக்கும் நம்ம ஒரு எக்ஸாம்-பிளா எடுத்துக்க கூடாது. சண்டை போட்டுக்கிட்டு போன ரெண்டு பேரும், முறுக்கிக்கிட்டே வந்து எனக்கு ரெண்டு பக்கமும் உட்கார்ந்-தாங்க.

செக்ஷன் மாறி வந்தப்ப, எங்க உட்கார்றதுன்னு தயங்கி நின்னுட்டு இருந்தேன். அப்ப இழுத்து நடுவுல உட்கார வச்சவங்க தான் இவங்க ரெண்டு பேரும். அன்னையிலிருந்து, இவங்க ரெண்டு பேரோட பாசம், டார்ச்சர் ரெண்டுத்தையும் ஒரு சேர அனுபவிச்சிட்டு தான் இருக்கேன்.

நவீன் "அடிச்சதுக்கு ரொம்ப சாரி பாவ்னா. ப்ளீஸ். ட்ரீட்டுக்கு மட்டும் நோ சொல்லாத ப்ளீஸ். மச்சி. நீயாவது சொல்லுடா. இந்த

வாட்டி நீ சொல்ற இடத்தையே ட்ரீட்டுக்கு பைனைலைஸ் பண்ணிக்-கலாம். ஜான் பேக்கரி, உஸ்மான் பாஸ்ட் புட் - எதுவா இருந்தாலும் ஓகே."

எதுக்கு ட்ரீட்டு கேக்குறான்னு தெரியல. ஆனா இவங்க பஞ்சாயத்-துக்கு தீர்ப்பு சொல்ல போய், மொக்கை வாங்குன அனுபவம் எனக்கு நிறைய இருக்கு. அதனால அமைதியாவே இருந்தேன்.

குறுக்குல புகுந்த முன்னாடி பெஞ்ச் மதன், "ஏய். ப்ளீஸ் பா. என்-னையும் ட்ரீட்ல சேத்துக்கோங்க பா."

என்றதும் அவன் சுருட்டை முடியை கொத்தாக பிடித்த பாவனா,

"டேய் டோமர். அவன் எதுக்கு கேக்குறான்னு தெரியாம, அதுக்-குள்ள ட்ரீட்ல பங்கு கேட்க வந்திருச்சு பாரு." என்று அவன் தலையைப் பிடித்து திருகி, முதுகில் பொம்மென்று ஒரு குத்து குத்தினாள்.

நான் அமைதியா இருந்தது எவ்வளவு நல்லதா போச்சு. இந்த பாவனாவும், நவீனுக்கு ஒன்னும் சலச்சவ இல்ல. இவங்களுக்கு நடுவுல வந்து மாட்டினது தான் என் விதி. ரெண்டு பேரும் ஒண்ணா இருந்-தாலும் எனக்குத்தான் பிரச்சினை. சண்டை போட்டாலும், பஞ்சாயத்து என்ற பேர்ல எனக்கு தான் பிரச்சனை.

நவீன் "மச்சான் ப்ளீஸ். சொல்லுடா ப்ளீஸ்." னு என் கன்னத்தைப் பிடிச்சு இழுத்து தாஜா பண்ணான்.

"ரெக்கமண்ட் பண்றதுக்கு எல்லாம் முன்னாடி, நேத்து மேக்ஸ் ஹோம் வொர்க்ல பாதி நான் பண்ணி கொடுத்தேனே. அட்லீஸ்ட் மீதிய முடிச்சுட்டு வந்தியா நவீன்?"

நான் சொன்னத காதுலியே வாங்காத மாதிரி, பாவனா கிட்ட திரும்ப ட்ரீட்டுக்கு கெஞ்ச ஆரம்பிச்சான் அவன்,

என் பக்கமா திரும்பி, என்னோட தோள்'ல தன்னோட கைய தாங்-கிட்டு, முடியாதுன்னு தலைய ஆட்டிகிட்டே பாவனா,

"முடியாது நவீன். உனக்கு அந்த சீனியர் ப்ரீத்தியோட இன்ட்ரோ பண்றதுக்கு எல்லாம், நான் வயசுக்கு வந்தது ட்ரீட் வச்சு ஊரெல்லாம் டமாரம் அடிக்க முடியாது."

'என்னது? வயசுக்கு வந்ததுக்கு ட்ரீட்டா?' னு அதிர்ச்சியாகி நவீனை பார்த்தேன்.

எங்களுக்கு முன்னாடி இருந்த ரெண்டு பெஞ்ச், பின்னாடி இருந்த இரண்டு பெஞ்ச்'னு எல்லாரும் ஒருசேர நவீன திரும்பி பாத்தாங்க.

"வாவ். ரீசனே செமையா இருக்கு நவீன் மச்சி. கிரியேட்டிவிட்டினா நீதான் மச்சி."

அவ்வளவு அடிவாங்கியும், திரும்பவும் இங்கே மூக்கை நுழைச்சான் மதன்.

அவனை முறைத்துப் பார்த்த பாவனா, அசெம்பிளி பெல் அடிக்-கவே, எல்லாத்தையும் மறந்துட்டு "ஒஒஒ" ன்னு கத்துக்கிட்டு நின்ன இடத்திலேயே உற்சாகமா குதிக்க ஆரம்பிச்சா.

இந்தப் பக்கம் அதே உற்சாகத்தோட, பெஞ்ச் மேல எல்லாம் எகிறி குதிச்சு "உ.. உ....உ...." ன்னு கத்திக்கிட்டே, அசெம்பிளி கிரௌண்ட் நோக்கி ஓட ஆரம்பிச்சான் நவீன்.

இவங்க எல்லாம் கொண்டாடுற அந்த அசெம்பிளி பெல், எனக்கு மட்டும் எப்பவும் தலைவலி தான்.

"ஏன் தான் இந்த கிளாசுக்கு என்ன டீம் லீடரா போட்டியோ ஆண்-டவா?" மனசுக்குள்ள திட்டிக்கிட்டே போனேன்.

பிரேயர் எல்லாம் முடிச்சு, வழக்கம் போல பெஸ்ட் கிளாஸ்களுக்கு கோல்டன் ஸ்டார் அனவுன்ஸ் பண்ணாங்க. "பெஸ்ட் டைடி கிளாஸ்", "பெஸ்ட் ஸ்போக்கன் இங்கிலீஷ் கிளாஸ்", "பெஸ்ட் டிஸிப்ளின்ட் கிளாஸ்" னு வரிசையாக கொடுக்க ஆரம்பிக்க, எனக்கு வயித்துல புளியை கரைக்க ஆரம்பிச்சது.

கடைசி கோல்ட் ஸ்டாரை வாங்கிட்டு வந்த ஏ செக்க்ஷன் சரவணன்,

"என்ன மச்சி? ரெடியா? அடுத்து உங்களுக்கான ஸ்பெஷல் அவார்ட்ஸ் தான்" கிண்டலா சிரிச்சுட்டே சொல்லிட்டு போனான்.

ஒவ்வொரு கேட்டகிரிலயும் பெஸ்ட் கிளாஸ்க்கு கோல்ட் ஸ்டார் கொடுக்குற மாதிரியே, வொர்ஸ்ட் கிளாசுக்கு கடைசியா பிளாக் ஸ்டார் கொடுப்பாங்க.

வரிசையாக எல்லா அசெம்பிளியிலும், ஏதோ ஒரு பிளாக் ஸ்டாரை எங்க கிளாஸ் தொடர்ந்து வாங்கிட்டு இருந்ததுனால தான் அவன் நெக்-கலா பேசிட்டு போறான்.

என்ன கடுப்பு ஏத்துற மாதிரி, ஃபர்ஸ்ட் பிளாக் ஸ்டார் அவார்டே "அன் டைடி கிளாஸ்"னு எங்க கிளாஸுக்கு தான் வந்தது.

நவீன், பாவனா தவிர இன்னும் சில கிளாஸ் பக்கிகளும் சேர்ந்து, அதுக்கு கை வேற தட்டுனாங்க. நான் தலை குனிஞ்சுகிட்டே போய், அவார்டை வாங்கிட்டு வந்தேன்.

மேலும் சோதனையா, பாதி வழி திரும்பி வரதுக்குள்ள, அடுத்து "இன்டிசிப்ளின் கிளாஸ்" னு அடுத்த பிளாக் ஸ்டாருக்கும் என்னையே கூப்பிட்டாங்க.

அப்படியே ஒவ்வொன்னும் அனவுன்ஸ் பண்ணி, வரிசையா அஞ்சு ஸ்டாரையும் என் தலையிலேயே சாத்துனாங்க.

துக்கம் நெஞ்சை அடைச்சது. ஏதோ ஒரு பிளாக் ஸ்டார், மிஞ்சி போனா ரெண்டு பிளாக் ஸ்டார் வாங்கிட்டு இருந்தோம். இப்ப ஓட்டு மொத்தமா ஒரே வாரத்துல எல்லா பிளாக் ஸ்டோரும் எங்க கிளா- சுக்கே கொடுத்துட்டாங்க. இப்ப உச்சகட்ட அவமானம்.

அசெம்பிளி முடிஞ்சு, ஏ செக்ஷன் கிளாஸ் டீச்சர் ரவீந்திரன் என்ன முறைச்சு பார்த்துகிட்டே டீச்சர்ஸ் ரூமுக்கு போனார். டீச்சர்ஸ் எல்லாம் எப்படி சந்திக்கிறதுன்னு யோசிச்சிட்டே, நான் கிரவுண்டிலேயே கொஞ்ச நேரம் நின்னுட்டு இருந்தேன்.

கொஞ்சம் லேட்டா கிளாசுக்கு வந்து பார்த்தா, இவனுங்க எல்லாம் சேர்ந்து வாங்குன ஸ்டார் எல்லாம் வச்சு குதிச்சு சந்தோஷமா கொண்- டாடிட்டு இருந்தாங்க. கோபம் பத்திக்குனு வந்துச்சு.

"பாருடா மச்சி. ஜிபிஎல்'ல தொடர்ந்து சாம்பியன்ஷிப் வின் பண்- ணிட்டு இருக்காங்க. என்ன ஒரு அச்சீவ்மெண்ட்'ல . சான்சே இல்ல!!"னு அந்தப் பக்கமா போன ஏ செக்க்ஷன் சரவணன் திரும்பவும் நக்கலா தன் கிளாஸ் ஃப்ரெண்ட் கிட்ட சொன்னான்.

திரும்பி அவனை எரிக்கிற மாதிரி பார்த்தேன். அஞ்சு ஸ்டாரையும் ஷர்ட்ல குத்திக்கிட்டு போஸ் குடுத்துட்டு இருந்த நவீன், சரவணன் சொன்னத கேட்டு கடுப்பாயி, என்னை தாண்டி அவனை மூஞ்சில குத்- தப் போனான்.

நான் தடுக்க தடுக்க எம்பிட்டே இருந்த நவீன்'ன, டப்புன்னு பளார்னு அறைஞ்சேன். கிளாஸ் மேல இருந்து மொத்த கோவமும் சேர்த்து வச்சு அவன் ஒருத்தனுக்கு கொடுத்த அடி.

அதிர்ச்சியாகி என்னை பார்த்த நவீன், என்ன திரும்பி அடிக்க முஷ்டியால குத்துனான். நான் விலக, பாவனா உள்பட மத்தவங்க எல்- லாருமே வந்து எங்க ரெண்டு பேரையும் பிரிச்சி இழுக்க, டேபிள்ல இருந்த பேப்பர் கட்டு எல்லாம் மேல பறக்க, கிளாஸ்ஸே பயங்கர அலங்கோலமா ஆச்சு.

திரும்பிப் பார்த்தா, பிரின்ஸிபாலும் ரவீந்திரன் சாரும் கோபமா எங்க எல்லாரையும் முறைச்சு பார்த்துட்டு நின்னுட்டு இருந்தாங்க.

பிரின்ஸ்பல் ரூம்

பிரின்ஸ்பல், ரவீந்திரன் சார் - அவங்க எதிர்ல நான் தல குனிஞ்சு நின்னுட்டு இருக்க, சம்பந்தமே இல்லாம எ செக்ஷன் சரவணனும் அங்க நின்னுட்டு இருந்தான்.

"சரவணன். ஃபர்ஸ்ட் சே யுவர் சாரி. அவங்கள டிஸ் பண்ணுது இஸ் நாட் ரைட்."

"சாரி சார். சாரி தாஸ்" னு ஃபார்மாலிட்டிக்கு சாரி சொல்லி முடிச்-சான் அவன்.

அவன எதுக்கு சாரி சொல்ல வைக்குறாங்கன்னு புரியல. அடுத்து நம்ம பண்ண விஷயத்துக்கு, மன்னிப்பு கேட்கிறதோட விட்டுருவாங்க-ளான்னு தெரியல. நவீன உள்ள கூப்பிடாம இருந்தது இன்னும் ஆச்ச-ரியமாக இருந்தது. அவங்களே பேசட்டும்னு அமைதியா இருந்தேன்.

தொண்டைய செருமுக்கிட்டு பிரின்சிபல் ஆரம்பிச்சாரு.

"தாஸ். ஐ நோ யு. நீ இந்த மாதிரி எல்லாம் செய்யற ஆள் கிடையாது. உன்ன செக்ஷன் மாத்துனது மேனேஜ்மென்ட் ஓட தப்பான முடிவு.

போன மாசமே உன்ன செக்ஷன் மாத்திக்க சொன்னேன். நீ தான் கேட்கல. ஏ செக்ஷன் தான் உனக்கு கரெக்ட். உன்னோட பிரில்லி-யன்ஸ்க்கும், டிசிப்ளனுக்கும் அங்கதான் கரெக்டான கம்பெனி இருக்கு. பாஸ் ஆகுற ரெண்டு பேர்ல, நீ ஃபர்ஸ்ட் ரேங்க் எடுக்கிறது எல்லாம் பெரிய சாதனை கிடையாது. ஏ செக்ஷன்ல வந்து உன்னோட நிஜமான திறமைய காட்டு.

நாங்க ஏற்கனவே சரவணன் கிட்ட பேசிட்டோம். நெக்ஸ்ட் ரவுண்ட் டிம் லீடர் செலெக்ஷன்ல, நீயும் நில்லு. அத வின் பண்றதுக்கான தகு-தியை, நீயே உருவாக்கிக்கோ. என்ன சொல்ற?" ன்னு கேட்டார்.

நான் கொஞ்சம் அதிர்ச்சியாகி "நீ அவ்வளவு நல்லவனா" என்பது-போல சரவணனை பார்த்தேன். அவன் எந்த ரியாக்ஷனும் கொடுக்காமல் அமைதியாக இருந்தான்.

நான் திரும்பவும் தலை குனிஞ்சு, ஹஸ்கி வாய்ஸ்ல "இன்னிக்கு நடந்ததுக்கு எல்லாருக்கும் ரொம்ப ரொம்ப சாரி. இனி அப்படி நடக்-காது. நான் கேரண்டி. பட், லெட் மீ பி இன் த சேம் செக்ஷன். ப்ளீஸ்

சார்."

என்றதும் சரவணனும் பிரின்ஸ்பலும் என்னை அதிர்ச்சி கலந்த ஆச்சரியத்துடன் பார்த்தார்கள். ரவீந்திரன் சார் சேரை வேகமாக பின்னாடி தள்ளி விட்டு விட்டு, வேகமாக கதவை திறந்து கொண்டு ரூமை விட்டு வெளியே போனார்.

பெருமூச்சு விட்ட பிரின்ஸ்பல், "இப் தட் இஸ் யுவர் டெசிஷன், கோ ஹேட் அண்ட் ஸ்பாயில் யுவர் லைஃப். போத் ஆஃப் யூ டிஸ்பர்ஸ் பேக் டு யுவர் கிளாஸ் ரூம்ஸ்"

தலையை தொங்கப் போட்டுக் கொண்டே நான் வெளியே வந்தேன். அமைதியாக என்னை தொடர்ந்து வந்து சரவணன்,

"அப்படி என்ன அந்த கிளாஸ்ல அட்டாச்மென்ட் உனக்கு? யாரையாவது லவ் பண்றியா?" னு கேட்டான்.

நான் திரும்பி அவனை கண்ணுக்குள்ள ஊடுருவி பார்த்தேன். எந்தவிதமான நெக்கலும் தென்படலை.

"உனக்கு நிஜமாவே, நான் ஏ செக்சன் வர்றதுல சம்மதமா?" ன்னு கேட்டேன்.

"யா. ஜ மீன்!! யூ டெஃபினட்டிலி டு நாட் பிலாங் தேர். ஸோ..." ன்னு இழுத்து, தோள்களை குலுக்கிக் கொண்டான்,

முதல் முறையாக அவன் மேல் கொஞ்சம் மரியாதை வந்தது.

"தேங்க்ஸ் சரவணா." என்று கொஞ்ச நேரம் அவனை உத்து பார்த்துவிட்டு "ஐ ரியலி டிட் மீன் இட்."

என்று சொல்லிவிட்டு, கிளாசை நோக்கி திரும்ப நடக்க ஆரம்பித்தேன். திடிரென்று ஞாபகம் வரவே, நின்று அவனைத் திரும்பிப் பார்த்து சொன்னேன்,

"யூ மே பி ரைட் சரவணா. ஐ சம்டைம்ஸ் பீல் ஐ டோன்ட் பிலாங் தேர். பட், நான் அங்க இருக்கிறது தான் அவங்களுக்கும் நல்லது, எனக்கும் நல்லது."

நான் சொன்னதை கேட்டு முழிச்சான் சரவணன்.

"உனக்கு புரியுதான்னு தெரியல. இருந்தாலும் சொல்றேன். அந்த கிளாஸ் ரூம்ல ஃபர்ஸ்ட் ரேங்க் எடுக்குறது என்னோட கோல் இல்லை. பிளாக் ஸ்டார் வாங்குறத நிறுத்தாட்டியும், டென்த் பப்ளிக் எக்ஸாம்ல, அந்த கிளாஸ்ல இருந்து எக்ஸ்ட்ரா ரெண்டு பேர பாஸ் பண்ண வச்சா கூட அது எனக்கு அது சக்சஸ் தான்.

அதுவும் இல்லாம உன்னோட, என்னோட லைஃப் எல்லாம் என்-னு தெரியாத ஏதோ ஒரு இலக்கை நோக்கி மெக்கானிக்கலா ஓடிட்டே இருக்கு. நின்னு, நிதானிச்சு, வாழ்க்கைய ரசிச்சுப் பார்க்க கூட நமக்கு தெரியல.

வாழ்க்கையை ரீவைண்ட் பண்ணி பார்க்கும் போது, ரசிச்சு சிரிக்க என்னோட கிளாஸ்ல சில மெமரி எப்பவுமே இருக்கும்னு எனக்கு தோணுது. அதை இப்பதான் நான் புரிஞ்சுக்கவே ஆரம்பிச்சிருக்கேன். சோ..."

னு அவன மாதிரியே இழுத்து, என்னோட பதிலை சொல்லிட்டு, கிளாஸ் ஐ நோக்கி நடக்க ஆரம்பிச்சேன்.

அவனோட வினோத பார்வை, என்னோட முதுவுல நிலைக்குத்தி நிற்கிறத என்னால உணர முடிஞ்சது.

கிளாஸ் நோக்கி நடந்தா, கிளாஸ் வாசல்லயே என்ன வரவேற்கிற மாதிரி, எல்லா ஐந்துக்களும் ஆர்வமா காத்துட்டு இருந்தது.

ஆனா பாவனா மட்டும், என்ன தாண்டி பின்னாடி எங்கேயோ எட்-டிப் பார்த்தா.

எதை பாக்குறான்னு நானும் திரும்பி பார்த்தேன். சரவணா இன்னும் யோசிச்சிட்டு அங்கேயே நின்னுட்டு இருந்தான்.

குழப்பமான முகத்தோட திரும்பி, கண்ணிலேயே "என்ன"ன்னு அவகிட்ட கேட்டேன்.

பாவனா "நீ போய் ரொம்ப நேரம் ஆச்சுல்ல!?"

"ஆமா, அதுக்கு?" ன்னு கேட்டுக்கிட்டே, கிளாசுக்கு உள்ள எட்டிப் பார்த்தேன். வர்றதுக்குள்ள வேற ஏதாவது வில்லங்கத்தை கிளாஸ்ல உண்டு பண்ணிட்டாங்களான்னு!!

ஒன்னும் தென்படல. வழக்கத்தை விட, கிளாஸ் இன்னும் பயங்கர கிளீனா தெரிஞ்சது. எங்க கிளாஸ் தானா'ன்னு எனக்கு கொஞ்சம் டவுட்டு கூட வந்துது.

தயங்கி தயங்கி பாவனா பேச, எனக்கு இன்னும் தான் பயம் அதி-கமாச்சு.

"நீ போய் ரொம்ப நேரம் வேற ஆச்சுல்ல"

"ஏய் லூசு. அதைத்தான் ஏற்கனவே சொல்லிட்டியே. மேட்டர் என்-னன்னு டப்புன்னு சொல்லு."

இப்ப பாவனாவின் முகத்தில் கொஞ்சம் நிம்மதி பெருமூச்சு வர, திரும்பி பார்த்தேன். சரவணனின் இரண்டு பக்கத்தில் இருந்தும் நவீனும் மதனும் பரபரப்பாக ஓடி வந்தனர்.

இவனுங்க கொடுத்த ஜர்க்ல, ஒரு செகண்ட் ஸ்தம்பிச்ச சரவணன் அவனோட கிளாஸ் நோக்கி திரும்பி நடக்க ஆரம்பிச்சான்,

"எங்க போயிட்டு வரானுங்க ரெண்டு பேரும்?"

நடந்து போயிட்டு இருந்த சரவண'னைப் பார்த்துக்கிட்டே பாவனா கிட்ட கேள்விய கேட்டேன். பதில் வராததால திரும்பிப் பார்த்தா, பாவனா உள்பட வாசல்ல நின்னுட்டு இருந்த எல்லா பக்கிகளும் கிளாஸ்ல போய் பொறுப்பா உக்காந்துட்டு இருந்துதுங்க. சரவணனையும் என்னையும் தாண்டி பரபரப்பாக ஓடி வந்த நவீனம் மதனும் கூட அவனுங்க சீட்ல பொறுப்பா உக்காந்துட்டு இருந்தானுங்க.

என்னடான்னு பார்த்தா, ஃபர்ஸ்ட் பீரியட்க்கு ஹிஸ்டரி டீச்சர் தயா-ளன் கரெக்டா கிளாசுக்கு உள்ள நுழையுறாரு.

"என்ன தாஸ். என்னோட கிளாஸ் அட்டென்ட் பண்ண போறியா, இல்ல பிரின்ஸ்பல் ரூம்ல இன்னும் வேற ஏதாவது வேலை இருக்கா உனக்கு?"

'அதானே பார்த்தேன். இவனுங்க எல்லாம் ஒன்னா சேர்ந்து ஏதாவது பண்றாங்கன்னா, நம்மள தானே கடைசியா அவுட் ஆக்கி விடுவானுங்க' ன்னு யோசிச்சுக்கிட்டே போய் இரண்டு வில்லங்கத்துக்கும் நடுவுல உட்கார்ந்தேன்,

பாவனா ரகசிய குரல்ல "சாரி தாஸ். உன்கிட்ட சொல்லாம நாங்க ஒரு விஷயம் பண்ணிட்டோம்."

"அடுத்து என்ன?" ன்னு கொஞ்சம் வெறுப்போடையே அவளைத் திரும்பிப் பார்த்தேன்,

"நம்ம கிளாஸ்ஸ இருந்து மத்த எந்த கேட்டகிரிலயும் ஒன்னும் தேத்த முடியாது. உனக்காக இந்த டைடி கிளாஸ் கோல்ட் ஸ்டார்யாவது அடுத்த வாரம் அடிச்சிடனும்னு..."

தயாளன் சார் போர்டுல எழுதிட்டு திரும்பவே, சொல்ல வந்தத முடிக்காம பாவனா அமைதியானா.

ஆனா கிளாஸ் முதல்லிலேயே சுத்தமா தெரிஞ்சதுக்கான கார-ணத்தை கனெக்ட் பண்ணா, அவ சொல்ல வந்ததோட அர்த்தம் தானா புரிஞ்சுது.

வாவ். சுவுத்துல, டோர்ல ஒட்டி இருந்த பேப்பர்லாம் கூட பிசிறு இல்லாம கிளீனா பிச்சு எடுத்திருக்காங்க.

சார் திரும்பி போர்டுக்கு திரும்பவே, நவீன் இந்த பக்கம் ரகசியத்தை ஆரம்பிச்சான்.

"நம்ம கிளாஸ் கிளீன் பண்ணது மட்டும் இல்ல மச்சி. எவனெல்லாம் ரெகுலரா டைடி கோல்ட் ஸ்டார் வாங்குறான்னு பார்த்து, அவங்க கிளாஸ்ல எல்லாம் நம்ம குப்பையை ரகசியமா அங்கங்க தெளிச்சுட்டு வந்துட்டோம்"

பாவனா "டேய் லூசு. எல்லா குப்பையும் வெளியில டஸ்ட்பின்ல கொட்ட தான் அவ்ளோ பரபரப்பா போனீங்கன்னு நினைச்சேன். ஏண்டா இப்படி?"

அடுத்து மதன் முன்னாடி சீட்ல இருந்து ஆரம்பிச்சான்

"நம்ம மேல எந்த டவுட்டும் வரக்கூடாது, பிளஸ் நம்ம கெத்த காமிக்கணும்னு நான் பிரின்ஸ்பல் ரூம்லயும், ஸ்டாஃப் ரூம்லயும் கொஞ்-சம் கொட்டிட்டு வந்து இருக்கேன். எப்பு....டிடி....?" ன்னு அவன் முடிக்க, நவீன் பாவனா ரெண்டு பேரும் அதிர்ச்சியானாங்க. மதன் மண்-டையில நங்குன்னு கொட்டினா பாவனா.

அவன் பிரின்ஸ்பல் ரூம்னு சொன்ன உடனே எனக்கும் பகீல்'னு தான் இருந்துச்சு. ஆனா அமைதியா இருக்கிறதுன்னு முடிவு பண்-ணேன், ஏன்னா இவ்வளவு பேச்சையும் கலாட்டாவையும் 3 பக்கிகளும் கிளாஸ்ல ரகசியமாதான் பண்ணிட்டு இருந்துச்சுங்க.

நான் ஏதாவது திரும்பி ரியாக்ட் பண்ணப் போக, நான் மட்டும் துண்டா தயாளன் சார்கிட்ட மாட்டி கிளாசுக்கு வெளியே நிற்கிற மாதிரி தான் ஆகும். இந்த கிளாசுக்கு வந்ததிலிருந்து நம்ம ஹிஸ்டரி அப்படி!!

நம்மளும் இவனுங்கள்ல ஒருத்தரா மாறுனா தான், இவனுங்கள வழிக்கு கொண்டு வர முடியும்.

அதுவும் இல்லாம, இவ்வளவு தூரம் இவனுங்க யோசிச்சிருக்கறதே பெரிய விஷயம் தான். காலையில மதன்'ன அடிச்சதுக்கு கோச்சுக்காம, ஒரு கோல்ட் ஸ்டார் யாவது வாங்கணும்னு யோசிச்சு இருக்காணுங்களே! அதுவே பெரிய முன்னேற்றம்தான். டென்த் ஸ்டாண்டர்ட்ல முழுசா ஒரு வருஷம் இவனுங்களோட ட்ராவல் பண்ண போறேன். அதுக்குள்ள ஏதாவது பண்ணிடலாம்னு எனக்கு நம்பிக்கை வந்துருச்சு.

என்ன அதுக்குள்ள, சில பல சம்பவங்கள், திரும்பவும் பிரின்ஸ்பல் ரூம் விசிட்னு போக வேண்டி இருக்கும். அந்த அளவுக்கு கூட என்-டர்டைன்மென்ட் இல்லனா, அப்புறம் என்ன லைஃப்?

பாத்துக்கலாம்!! பாத்துக்கலாம்!!

6

ஒரு பக்க கதை

தாத்தா

98 வயதில் கொள்ளுத் தாத்தா இறந்துவிட்டார் என்ற செய்தி கேட்டு, துக்கம் என்று பெரிதாக எதுவும் தோன்றவில்லை. குழந்தைகளை ஸ்கூலுக்கு லீவு போட்டுவிட்டு, குடும்பமாக போக வேண்டுமா என்று யோசித்து, பின்பு நான் மட்டும் கிளம்பிப் போனேன்.

பஸ்ஸில் பிரயாணிக்கும்போது, கனவு போல அவரது ஞாபகங்கள் வந்து போனது. "ரிட்டயர் ஆன பிறகும், காலையில் எங்கள் அனைவருடனும் மல்லுக்கட்டி, குளிப்பதில் போட்டி போட்டு எங்கேயோ கிளம்பி போய்விடுவது, மிலிட்டரிக் காரரை போல இத்தனை மணிக்கு தான் டிபன், சாப்பாடு என்று ரூல்ஸ், நைட்டு வீட்டுக்குள் வந்த உடனே ஜெயில் கைதி போல உடனே கேட்டை பூட்டி விடுவது" என்று கடைசி வரை எல்லாரையும் ஒரே டார்ச்சர் பண்ணிய ஞாபகங்கள் தான் வந்தன.

வீடு இருக்கும் தெருவில் நுழையும்போதே, வீடு ரொம்ப வெளிச்சமாக, அந்நியமாக தெரிந்தது. அவர் இருந்தவரை, ஒரு நிமிஷம் ரூமை விட்டு வெளியே வந்தால் கூட உடனே போய் லைட்டை ஆஃப் பண்ணி விடுவார். திரும்ப வந்து லைட் போடும்போது எல்லாம், அவர் மீது மனசிற்குள் எரிச்சலாக வரும்.

மாலையை போட்டுவிட்டு, அவர் பக்கத்தில் அமர்ந்து அமைதியாக கண்களை மூடினேன்.

"வதை வதையாக 12 குழந்தைகளை பெற்றது, தன் மனைவியை பிரசவ மிஷினாகவே உபயோகப்படுத்தியது, சம்பாதிச்ச பணம் எல்லாவற்றையும் ரேசில் கொட்டியது" என்று வெறுக்கக்கூடிய விஷயங்களே ஞாபகத்துக்கு வர, கண்களை திறந்து கொண்டேன்.

எல்லாம் முடித்து, சவ ஊர்வலத்தில் கடைசியாக என்னை இணைத்துக் கொண்டேன்.

அவரைப் பற்றிய நல்ல விஷயங்கள் எதுவும் ஞாபகம் வராத போதும், திரும்பி அந்த வீட்டைப் பார்க்கும்போது, எதையோ பெருசாக இழந்தது போல் இருந்தது.

இனம் புரியாத ஒரு மன பாரத்தை சுமந்து கொண்டு வீட்டிற்கு பஸ் ஏறினேன். போனின் நோட்டிபிகேஷன் சத்தம், எனது எண்ண ஓட்டத்தை தடுத்து, எடுத்துப் பார்க்கச் சொல்லி தூண்டியது.

மின்சார வாரியத்திடம் இருந்து போன ரெண்டு மாசத்துக்கான பில்லை பற்றி மெசேஜ் வந்திருந்தது. மெசேஜை திறந்து படித்தவுடன், மின்சாரத்தின் ஷாக் எனது மூளை வரை தூக்கி அடித்தது.

"என்னது? பில் 18000 ரூபாயா?"